പുലർകാലചിന്തകൾ

Bodhi Books
Nedumpana PO, Kannanalloor
Kollam - 691576, Kerala, India
E-mail: bodhibooks03@gmail.com
Tel: +91 9447304886

PULARKALA CHINTHAKAL
By TR Vijayalakshmi
Essays / Malayalam

First Published: April, 2025

Typesetting: Bodhi Books
Cover & Book Design:
Chembarathi Creatives

ISBN: 978-81-19770-31-1

Price **Rs. 170**
Production No. B-B-196-1-100-4-25

Printed and bound in India by
Repro Mumbai

പുലർകാലചിന്തകൾ

ലേഖനങ്ങൾ

ടി.ആർ. വിജയലക്ഷ്മി

ബോധി ബുക്സ്
കൊല്ലം - 691 576

ടി.ആർ. വിജയലക്ഷ്മി

റിട്ടയേഡ് ബാങ്ക് മാനേജർ

ജനനം - കരൂർ, അമ്പലപ്പുഴ (ആലപ്പുഴ ജില്ല)

വിദ്യാഭ്യാസം - ഗവൺമെന്റ് ഹൈസ്കൂൾ, അമ്പലപ്പുഴ സനാതന ധർമ്മ കോളെജിൽനിന്നും സസ്യശാസ്ത്രത്തിൽ ബിരുദാനന്തരബിരുദം (1970)

ജോലി - 1972 ൽ സ്റ്റേറ്റ് ബാങ്ക് ഓഫ് ട്രാവൻകൂറിന്റെ തിരുവനന്തപുരം മെയിൻശാഖയിൽ നിയമനം. 1981 മുതൽ വിവിധ ശാഖകളിൽ ഡിവിഷനൽ മാനേജരായും ശാഖ മാനേജരായും സേവനം അനുഷ്ഠിച്ചു - 2001 ൽ വിരമിച്ചു. (VRS)

ഭർത്താവ് - ആർ. ചന്ദ്രശേഖരൻ (റിട്ടയേഡ് പ്രൊഫസർ)

മക്കൾ - അഡ്വക്കേറ്റ് ബീന വി., Lt.Col.Dr. അരുൺ ശേഖർ.സി (Retd)

മരുമക്കൾ - ജയരാഘവൻ; മാനേജിംഗ് പാർട്നർ ഇൻഡ് കാർബ് പാലക്കാട് (എഞ്ചിനീയർ), രേഖാമേനോൻ; സോണൽ മാനേജർ (കേരള) സാർക് മാസ്റ്റ്സ് ടെക് പ്രൈവറ്റ് ലിമിറ്റഡ്.

വിലാസം: ലക്ഷ്മിപ്രിയ, ചേർത്തല - 688524. ഫോൺ : 9446374664

സമർപ്പണം

സ്നേഹനിധിയായിരുന്ന എന്റെ വല്യേട്ടൻ
ഡോ.അമ്പലപ്പുഴ ഗോപകുമാർസാറിന്...
എന്റെ മാതാപിതാക്കൾക്ക്...

പ്രസാധകക്കുറിപ്പ്

വായക്കാരുടെ മനസ്സിലേക്ക് ഹിമകണങ്ങൾ പോലെ പെയ്തിറങ്ങുന്ന അൻപതു പുലർകാല ചിന്തകളും ഏതാനും സുഭാഷിതങ്ങളുമാണ് പുലർകാലചിന്തകൾ എന്ന ഈ പുസ്തകം. തെളിമയുള്ള ഭാഷയിൽ ഇതൾവിരിയുന്ന സച്ചിന്തകളാണ് ഇവയെല്ലാം. നന്മയുടെയും സ്നേഹത്തിന്റെയും മാനവികതയുടെയും കെടാവിളക്കുകളായി വായനക്കാരനെ വഴിനടത്താൻ ത്രാണിയുള്ളവയാണ് ഇതിലെ ഓരോ അദ്ധ്യായവും. റേഡിയോയിലൂടെയും അച്ചടി മാധ്യമങ്ങളിലൂടെയും അനുവാചകരെ ആഹ്ലാദിപ്പിച്ചവയാണ് ഇതിലെ കുറിപ്പുകളെല്ലാം. ടി.ആർ വിജയലക്ഷ്മിയാണ് രചയിതാവ്. ബോധിബുക്സ് അഭിമാനത്തോടെ പുസ്തകം സജ്ജന സമക്ഷം സമർപ്പിക്കുന്നു.

ആമുഖം

ഞാൻ ടി.ആർ.വിജയലക്ഷ്മി; നാല്പതുവർഷത്തിലധികമായി ചേർത്തല യിലാണ് താമസം. 2001 മാർച്ചിൽ സ്റ്റേറ്റ് ബാങ്ക് ഓഫ് ട്രാവൻകൂർ, ശാസ്തമംഗലം ശാഖയിൽ നിന്ന് വിരമിച്ചു. 8 വർഷം ബാക്കി നിൽക്കെ വി.ആർ.എസ്. എടുത്തു. പിന്നീട് ഏകദേശം 10 വർഷം എന്റെ ശ്രദ്ധ മുഴുവൻ കൊച്ചുമക്കളെ വളർത്തുന്നതിലായിരുന്നു. അതിൽനിന്ന് ലഭിച്ച മനഃസന്തോഷം വർണ്ണനാതീതമാണ്. അവരുടെ സ്കൂൾ വിദ്യാഭ്യാസകാലം മുഴുവൻ അവരോടൊപ്പം ഉണ്ടായിരുന്നു. 2010 മുതൽ റേഡിയോ പരിപാടികൾ കേൾക്കുന്നത് ശീലമാക്കി. ആദ്യമാദ്യം പരിപാടികൾ കേട്ട് അഭിപ്രായം എഴുത്തുപെട്ടി എന്ന പ്രോഗ്രാമിലൂടെ അറിയിക്കുമായിരുന്നു. പിന്നീട് ഓർമ്മച്ചെപ്പ്, രഞ്ജിനി; ഗാനസല്ലാപം ഫോൺ ഔട്ട് തുടങ്ങിയ പരിപാടികളിൽ സജീവമായി പങ്കെടുത്തു. കേട്ടുകൊണ്ടിരുന്ന എല്ലാ പരിപാടികളും എന്നെ വളരെയധികം സ്വാധീനിച്ചു എന്നു തന്നെ പറയാം. അധികം താമസിയാതെ തന്നെ 'റേഡിയോ എന്റെ വിനോദ; വിജ്ഞാനകേന്ദ്ര'മായി മാറി. ഞാൻ ആദ്യം തയ്യാറാക്കിയത് 'പ്രഭാതചിന്തകൾ' ആയിരുന്നു.

ഞാൻ രചിച്ച ഈ പുസ്തകത്തിൽ ഒന്നു മുതൽ മുപ്പത്തിയഞ്ചു വരെയുള്ള (1-35) പ്രഭാതചിന്തകൾ ആകാശവാണിയുടെ തിരുവനന്തപുരം നിലയത്തിൽ 2018-2019 കാലയളവിൽ പ്രക്ഷേപണം ചെയ്തിട്ടുള്ളവയാണ്. ഇവ അവതരിപ്പിക്കുവാൻ ആകാശവാണിയിലേക്ക് എനിക്ക് ആദ്യമായി പ്രവേശനം തന്ന അന്നത്തെ പ്രോഗ്രാം എക്സിക്യൂട്ടീവ് ആയിരുന്ന ശ്രീ. എൻ. വാസുദേവ് സാറിനെ ഞാൻ ആദരവോടെ; നന്ദിപൂർവ്വം സ്മരിക്കുന്നു. പിന്നീട് കോവിഡ് കാലഘട്ടത്തിൽ ഒരു ചിത്രീകരണം തയ്യാറാക്കി ആകാശവാണിക്ക് അയച്ചു. അത് 2021 ൽ പ്രക്ഷേപണം ചെയ്യുകയുണ്ടായി.ഇതിന് അവസരം തന്ന ശ്രീ.ജോസ് ഉലഹന്നാൻ സാറിനെയും സ്നേഹാദരപൂർവ്വം ഓർത്തുകൊള്ളുന്നു.

കോവിഡ് കാലഘട്ടത്തിന്റെ മൂർധന്യാവസ്ഥയിൽ 'പ്രഭാതചിന്ത'

എന്ന പ്രോഗ്രാം ആകാശവാണി നിർത്തലാക്കി. പക്ഷെ, ആകാശവാണിയിൽ നിന്ന് കിട്ടിയ പ്രചോദനം ഉൾക്കൊണ്ട് പിന്നീടും ഞാൻ പ്രഭാതചിന്തകൾ തയ്യാറാക്കി. എന്റെ സ്നേഹനിധിയായ ജ്യേഷ്ഠൻ ഡോ. അമ്പലപ്പുഴ ഗോപകുമാർ; അവയെ 'പുലർകാല ചിന്തകൾ' എന്നു നാമകരണം ചെയ്ത് ; അമ്പലപ്പുഴ ശ്രീകൃഷ്ണ സ്വാമി ക്ഷേത്ര വികസന ട്രസ്റ്റ് പ്രസിദ്ധീകരിക്കുന്ന ആദ്ധ്യാത്മിക സാംസ്കാരിക മാസികയായ ' ശ്രീവത്സം'ത്തിൽ പബ്ളിഷ് ചെയ്തു. 36 മുതൽ 50 വരെയുള്ളവ അങ്ങനെ ' ശ്രീവത്സം'ത്തിൽ പ്രസിദ്ധീകരിച്ചവയാണ്. എന്റെ ഈ എളിയ ശ്രമങ്ങൾക്കെല്ലാം പ്രോത്സാഹനം തന്നത് എന്റെ ജ്യേഷ്ഠൻ ഡോ. അമ്പലപ്പുഴ ഗോപകുമാർ ആയിരുന്നു. അദ്ദേഹം 2024 ജൂലായ് 21 ന് ഈ ലോകത്തോട് വിട പറഞ്ഞു. പിന്നീടുള്ള സുഭാഷിതങ്ങൾ; റേഡിയോ-ഗ്രാമരംഗം-ഗ്രാമപൂർണ്ണിമ ഇവയെല്ലാം ആകാശവാണി തിരുവനന്തപുരം നിലയം 2023-2024 കാലഘട്ടത്തിൽ പ്രക്ഷേപണം ചെയ്തവയാണ്. ഇതിനെല്ലാം എനിക്ക് വേണ്ടതായ നിർദ്ദേശങ്ങളും ഉപദേശങ്ങളും തന്ന്; ആകാശവാണി എന്ന മഹത്തായ സ്ഥാപനത്തിൽ വന്ന് റിക്കാർഡ് ചെയ്യാൻ സുവർണ്ണാവസരം തന്ന പ്രോഗ്രാം എക്സിക്യൂട്ടീവ് ശ്രീ മുഖത്തല ശ്രീകുമാർ സാറിന് എത്ര നന്ദി പറഞ്ഞാലും മതിയാകില്ല; പിന്നീട് ആകാശവാണിയിൽ എത്തുമ്പോഴൊക്കെ ഒരുപാട് സഹകരണം തന്ന ശ്രീ രാജ്മോഹൻ കൂവളശ്ശേരിയെയും ശ്രീ. പി.എ. ബിജുവിനെയും ഒരിക്കലും മറക്കാനാവില്ല. റിക്കോർഡ് റൂമിൽ എന്റെ ശബ്ദം പകർത്തിയ ശ്രീ. സജികുമാർ പോത്തൻകോട്, ശ്രീമതി സുധർമ്മ പി.എസ്, ശ്രീമതി സുമകുമാരി, ശ്രീമതി മിനി, ശ്രീമതി പുഞ്ചിരി രാജേന്ദ്രൻ തുടങ്ങിയവരെയും നന്ദിപൂർവ്വം സ്മരിക്കുന്നു.

നമ്മുടെ 'പ്രതിഭാധനനായ വയലാർ അനുസ്മരണം' എഴുതാൻ എന്നെ പ്രേരിപ്പിച്ചത്, കുട്ടിക്കാലം മുതൽ തന്നെ ആ മഹാകവിയുടെ രചനകൾ പ്രത്യേകിച്ചും മനം കവരുന്ന ചലച്ചിത്ര ഗാനങ്ങൾ എന്റെ മനസ്സിൽ ഇടം പിടിച്ചിരുന്നു. പിന്നീട് ഔദ്യോഗിക ജീവിതത്തിന്റെ പ്രാരംഭകാലം; ഒരു നാലുവർഷം തലസ്ഥാനനഗരിയിൽ ജോലി ചെയ്തത് ഒഴിച്ചാൽ; എന്റെ വാസസ്ഥലം ചേർത്തല തന്നെയാണ്. അദ്ദേഹത്തെപ്പറ്റി കൂടുതൽ അറിയാൻ സാധ്യമായി. വയലാറിനെക്കുറിച്ചുള്ള ഈ ഓർമ്മക്കുറിപ്പ് പ്രസിദ്ധീകരിച്ചത്, റേഡിയോ ശ്രോതാക്കളുടെ ആസ്വാദനപത്രികയായ 'കാഞ്ചീരവം' മാസികയിൽ ആണ്. ആകാശവാണിയിൽ നിന്നും മുപ്പത്തിമൂന്ന് വർഷത്തെ സേവനത്തിനുശേഷം വിരമിച്ച ശ്രീ കാഞ്ചിയോട് ജയൻ ആണ് എന്റെ ലേഖനം

ഉൾപ്പെടുത്തിയത്. ആകാശവാണിയിൽ നിന്ന് വിരമിച്ചതിനുശേഷവും അദ്ദേഹം 'കാഞ്ചീരവം റേഡിയോ' കലയുടെ കാഞ്ചനാരവത്തിനുവേണ്ടി നിരന്തരം പ്രയത്നിച്ചുകൊണ്ടേയിരിക്കുന്നു.

ഈ പുസ്തകത്തിന് അവതാരിക എഴുതിയത് ബാല്യം മുതൽ ഞങ്ങളുടെ ഗുരുവും മാർഗദർശിയായ അധ്യാപകനും കുടുംബസുഹൃത്തും ഒക്കെ ആയിരുന്ന അമ്പലപ്പുഴ രാമവർമ്മ സാറിന്റെ മകൻ സാഹിത്യകാരനും ലളിതസംഗീത രചയി താവും റേഡിയോ പ്രഭാഷകനും ആയ രാജാ ശ്രീകുമാർ വർമ്മ ആണ്. അദ്ദേഹത്തോട് എനിക്ക് എന്റെ അനുജനെന്നപോലെയുള്ള സ്നേഹവും വാത്സല്യവുമാണ് ഉള്ളത്. അദ്ദേഹത്തിന്റെ അവതാരിക എന്റെ പുസ്തകത്തിന്റെ ഉള്ളടക്കം വിളിച്ചോതുന്നതാണ്. ശ്രീക്കുട്ടനെന്നാണ് ഞങ്ങൾ അദ്ദേഹത്തെ വിളിക്കുന്നത്. ശ്രീക്കുട്ടനും കുടുംബാംഗ ങ്ങൾക്കും ഭാവുകങ്ങൾ നേർന്നു കൊള്ളുന്നു.

ചേർത്തല
15.01.2025

ടി.ആർ. വിജയലക്ഷ്മി

അവതാരിക

ചിന്തയ്ക്ക് വിചാരം, ധ്യാനം, മനസ്സ് എന്നിങ്ങനെ അർഥങ്ങളുണ്ട്. ആഗ്രഹനിവൃത്തി വരായ്ക മൂലമുള്ള വിചാരം അഥവാ ഉൽക്കണ്ഠ എന്ന് ശ്രീകണ്ഠേശ്വരം പറയുന്നു. ഒരു വിഷയം അറിഞ്ഞു ചിന്തിക്കുമ്പോൾ പല കാര്യങ്ങളിലും നിഗമനത്തിലെത്താൻ കഴിയും. കുമാരനാശാന്റെ 'ചിന്താവിഷ്ടയായ സീത'യും കെ.സി. കേശവപിള്ളയുടെ'ആസന്നമരണ ചിന്താശതക'വും ചിന്താബന്ധുലമായ കാവ്യങ്ങളാണ്. വിചാരത്തിന്റെ ഫലമാണ് വിവേകം. സുഭാഷിതം എന്നാൽ നല്ല വാക്കാണ്.

ടി.ആർ.വിജയലക്ഷ്മി രചിച്ച് തിരുവനന്തപുരം റേഡിയോ നിലയത്തിൽ പ്രക്ഷേപണം ചെയ്ത പ്രഭാതചിന്തകളുടെയും സുഭാഷിതങ്ങളുടെയും റേഡിയോ ഗ്രാമരംഗത്തിന്റെയും സമാഹരണമാണ് ഈ പുസ്തകം. പ്രശസ്ത അധ്യാപകനും കവിയും സാംസ്കാരിക പ്രബുദ്ധനുമായിരുന്ന ഡോ.അമ്പലപ്പുഴ ഗോപകുമാറിന്റെ കനിഷ്ഠ സഹോദരിയാണ് വിജയലക്ഷ്മി. അമ്പലപ്പുഴയിൽ എന്റെ അച്ഛന്റെ ഗൃഹമായ പുതിയ കോവിലകത്തിന് അയൽപക്കമാണ് 'അണച്ചിക്കാട്' എന്നു പേരായ അവരുടെ കുടുംബം. ബാല്യം മുതൽ പരിചിതമായതുകൊണ്ട് ഒരു ജ്യേഷ്ഠസഹോദരിക്ക് തുല്യമായാണ് ഞാൻ വിജയലക്ഷ്മിയെ കാണുന്നതും ബഹുമാനിക്കുന്നതും. അവർ ഇപ്പോൾ ഭർത്താവ് പ്രൊഫസർ ആർ. ചന്ദ്രശേഖരനുമൊത്ത് ചേർത്തലയിലാണ് താമസം. ഇതിന് ഒരു അവതാരിക തയ്യാറാക്കണം എന്നുള്ള അഭ്യർഥന കൊണ്ട് ഞാൻ വളരെ ധന്യനായി എന്നു പറയട്ടെ.

വൈവിധ്യമാർന്ന പരിപാടികളിലൂടെ മലയാളികളുടെ ശ്രദ്ധയെ ആകർഷിക്കാൻ തിരുവനന്തപുരം റേഡിയോ നിലയത്തിന് സാധിക്കുന്നുണ്ട്.രാവിലെ പ്രക്ഷേപണം ചെയ്യുന്ന സുഭാഷിതവും പ്രഭാതചിന്തയും തികച്ചും സോദ്ദേശ്യപരമാണ്. ജനസാമാന്യത്തിന്റെ ധാർമികമൂല്യം ഉയർത്തുവാനും സന്മാർഗത്തിലേക്ക് ചിന്തിക്കുവാനും പ്രസ്തുത പരിപാടികൾ സ്വാധീനം ചെലുത്തുന്നുണ്ട്.

നിത്യജീവിതത്തിൽ അത്യന്താപേക്ഷിതമായ 'ടെലഫോണി'നെ പ്പറ്റിയാണ് വിജയലക്ഷ്മിയുടെ പ്രഥമചിന്ത. ആനുകാലികവിഷയ മാണിത്. മൊബൈൽ ഫോണിലൂടെ സുപ്രഭാതവും സുരാത്രിയും മറ്റ് സന്ദേശങ്ങളും കൈമാറുന്നു. സൗഹൃദസ്നേഹസ്മരണയ്ക്ക് ഇത് ഉപകാരപ്രദമാണ്. എന്നാൽ ദുരുപയോഗപ്പെടുത്താതിരുന്നാൽ ഫോൺ സ്വീകാര്യം തന്നെയാണ്.

കുട്ടികളുടെയും മാതാപിതാക്കളുടെയും പിരിമുറുക്കത്തെപ്പറ്റി യാണ് ഗ്രന്ഥകാരിയുടെ ആനുഷംഗിക ചിന്ത. ഓരോ വസതിയിലും ഇത് ഉണ്ട്. നിർബന്ധിക്കാതെ കുട്ടികളെ ഇഷ്ടത്തിന് വിട്ടാൽ അവർ പൂമ്പാറ്റകളെപ്പോലെ പാറി നടക്കുമെന്നാണ് രചയിത്രി പ്രത്യാശിക്കു ന്നത്. അത് സ്വാഗതാർഹവുമാണ്.

ചില്ലറ മോഷണം നടത്തി പശ്ചാത്താപവിവശനായ ഗാന്ധിജി ഹരിശ്ചന്ദ്ര ചരിതം നാടകം കണ്ട് സന്മാർഗിയായ സംഭവം വിജയല ക്ഷ്മി ഉദ്ധരിക്കുന്നുണ്ട്. ഗാന്ധിജിയുടെ ജീവിതം തന്നെയാണ് അദ്ദേ ഹത്തിന്റെ സന്ദേശം.

വിജയലക്ഷ്മി ചുണക്കുട്ടികളെപ്പറ്റി പറയുന്നു. സിംഹക്കുട്ടിക ളായി ജനിക്കണം എന്നാണ് സ്വാമി വിവേകാനന്ദൻ ഉദ്ബോധിപ്പി ച്ചത്. അതായത് കുട്ടികൾക്ക് ശൗര്യം വേണമെന്ന് സാരം. ഗ്രീസിലെ ഹിപ്പോമെനിസ് എന്ന യുവാവിന് അറ്റ്ലാന്റയെ വിവാഹം കഴിക്കാൻ ആഫ്രോഡൈറ്റി ദേവി സഹായിക്കുന്നതും പിന്നീട് മെനിസ് ദേവിയെ വിസ്മരിച്ചപ്പോൾ ശാപഗ്രസ്തനാകുന്നതും ഗ്രന്ഥകാരി ഉദ്ധരിക്കു ന്നുണ്ട്. ഉപകാരസ്മരണ വേണം.കൃതഘ്നനില്ല നിഷ്കൃതി എന്നാ ണ് വ്യാസഭഗവാൻ പറഞ്ഞിരിക്കുന്നത്.

'ദാനം' മഹത്തായ കാര്യം തന്നെയാണെന്ന് വിജയലക്ഷ്മി വ്യ ക്തമാക്കുന്നു. നിഷ്പ്രയാസം ചെയ്യാവുന്ന ഒരു കർമം അന്നദാന മാണ്. 'അന്നംബ്രഹ്മ ' എന്നാണ് പറയുന്നത്. മഹാഭാരതത്തിൽ കർണൻ ഉദാരദാനശീലനായിരുന്നു.

ആത്മപ്രശംസയുടെ അപകടത്തെപ്പറ്റി വിജയലക്ഷ്മി ബോധ വതിയാണ്. കുയിലിന്റെയും അണ്ണാന്റെയും കഥയിലൂടെ അത് ഉദാ ഹരിക്കുന്നു. വ്യക്തിത്വ പരിപാലനമാണ് മറ്റൊരു വിഷയം. 'മാതാ പിതാഗുരുദൈവം' എന്ന മഹദ്വചനം ചിരസ്മരണീയമാണ്. 'സത്യം വദ ധർമം ചര' എന്ന ആഹ്വാനവും ഗ്രന്ഥകാരി രേഖപ്പെടുത്തുന്നു ണ്ട്. സജ്ജനസംസർഗം; പ്രകൃതി, സംഗീതജ്ഞനായ ഹനുമാൻ, അനുകരണം,യോഗ, വായന, റേഡിയോ, ശുചിത്വം, യുദ്ധവും സമാധാനവും, സമയം, സി.വി.രാമൻ എന്നിങ്ങനെ വ്യത്യസ്തവിഷയ

ങ്ങളെ വിജയലക്ഷ്മി ഈ ഗ്രന്ഥത്തിൽ പ്രതിപാദിച്ചിരിക്കുന്നു. ഉദാഹരണകഥകൾ ചേർക്കുന്നതുകൊണ്ട് സുഗ്രാഹ്യവുമാണ്. സമകാലികങ്ങളാണുതാനും. വിശപ്പ് സഹിക്കാൻ ചെസ് കളിച്ച് ലോകപ്രശസ്തയായ' ഫിയോണ ' എന്ന ബാലികയുടെ അനുഭവം പുതിയ തലമുറയ്ക്ക് നല്ല ഗുണപാഠമത്രേ.

ലഭിച്ചതു കൊണ്ടു തൃപ്തരാകുക എന്നതാണ് വിജയലക്ഷ്മിയുടെ ഒന്നാമത്തെ സുഭാഷിതം.രണ്ട് ആൺമക്കളിൽ മൂത്തവൻ ശുഭാപ്തിയുള്ളവനും രണ്ടാമൻ പരാതിക്കാരനുമായിരുന്നു. എന്തു ലഭിക്കുന്നു എന്നതിലല്ല എങ്ങനെ വിനിയോഗിക്കുന്നു എന്നതിലാണ് ഉപയോഗക്ഷമതയും ഉൽപാദനശേഷിയും പ്രകടമാകുന്നത് എന്ന് ഗ്രന്ഥകാരി ദൃഢമായി പ്രസ്താവിക്കുന്നു.

അക്ഷരത്തെപ്പറ്റിയുള്ള സുഭാഷിതം സാർവലൗകികമാണ്. അക്ഷരം എന്നാൽ നാശമില്ലാത്തത് എന്നാണ് അർഥം. അക്ഷരം ഉച്ചരിക്കുന്നത് നാവ് കൊണ്ടാണ്. അത് നന്നാവണമെങ്കിൽ ഹൃദയ വിശുദ്ധി വേണമെന്ന് ശ്രീബുദ്ധവചനത്തിലൂടെ ഗ്രന്ഥകാരി ചൂണ്ടിക്കാട്ടുന്നു. നന്ദിവാക്കുകളുടെ പ്രാധാന്യത്തെയും വിജയലക്ഷ്മി വിസ്മരി ക്കുന്നില്ല. ഒരുപകാരത്തിന് ആരായാലും നന്ദി പറയണം. സായിപ്പ് 'താങ്ക് യൂ' എന്ന വാക്ക് കൊണ്ട് അത് ശീലിച്ചിട്ടുണ്ട്. എന്നാൽ 'വെൽകം' എന്ന് പ്രത്യുത്തരം പറയാൻ മലയാളി ഇനിയും പഠിക്കേണ്ടിയിരിക്കുന്നു.

കലാപരിപോഷണമാണ് വിജയലക്ഷ്മിയുടെ ശ്രദ്ധേയമായ മറ്റൊരു വിഷയം. സംഗീതവും നൃത്തവും ചിത്രവുമൊക്കെ മനുഷ്യന്റെ ദൈനംദിന ജീവിതത്തിൽ ബന്ധപ്പെട്ടു കിടക്കുന്നു. ജീവിതയാത്രയുടെ ലക്ഷ്യം പന്തയക്കുതിരയിലൂടെയും പരിശ്രമം സ്വർണചികീർഷിതകഥയിലൂടെയും ഗ്രന്ഥകാരി വ്യക്തമാക്കുന്നുണ്ട്. വിഷുമഹിമ പ്രത്യേകം വെളിപ്പെടുത്തുന്നു.

റേഡിയോ ഗ്രാമരംഗത്തിൽ സംപ്രേഷണം ചെയ്യപ്പെട്ട ഗ്രാമപൂർണിമ ചിന്തനീയമായ ഒരു ലേഖനമാണ്. അമ്പലപ്പുഴ എന്ന കൊച്ചുഗ്രാമം വിജയലക്ഷ്മിയുടെ സ്മൃതിപഥത്തിൽ ഓടിയെത്തുന്നു. സാംസ്കാരിക പ്രബുദ്ധതയുള്ള ദേശമായിരുന്നു ചെമ്പകശ്ശേരി എന്ന് ചരിത്രരേഖകളിലുള്ള അമ്പലപ്പുഴ. ശ്രീകൃഷ്ണ സ്വാമിക്ഷേത്ര ത്തിലെ വിശ്വവിഖ്യാതമായ പാൽപ്പായസം, നാടക ശാലസദ്യ, വേലകളി, പന്ത്രണ്ടു കളഭം തുടങ്ങിയവയെപ്പറ്റിയെല്ലാം വിജയലക്ഷ്മി വാഗ്പ്രവാഹിനി തന്നെ. ഗൃഹാതുരത്വവും കൗതുകവും തുടിക്കുന്ന സ്മരണകൾ ഹൃദയഹാരിയാണ്. 'നാട്യ പ്രധാനം നഗരം

ദരിദ്രം, നാട്ടിൻപുറം നന്മകളാൽ സമൃദ്ധം' എന്നാണ് കവി കുറ്റിപ്പുറത്ത് കേശവൻനായർ ചൊല്ലിയത് !

ലോക മനസ്സുകളെ മരവിപ്പിച്ച കോവിഡ് കാലത്തെക്കുറിച്ചും വിജയലക്ഷ്മിക്ക് ഒട്ടേറെ പറയാനുണ്ട്. വയലാർ രാമവർമ്മയെ പറ്റിയുള്ള ചിന്തോദ്ദീപകമായ അനുസ്മരണം നടത്തി രചയിത്രി ലേഖനങ്ങൾ ഉപസംഹരിക്കുകയാണ്. വയലാർ രാമവർമ്മയെയും വിജയലക്ഷ്മിയുടെ ജ്യേഷ്ഠൻ അമ്പലപ്പുഴ ഗോപകുമാറിനെയും ഞാൻ 'കുട്ടൻ ചേട്ടൻ' എന്നാണ് വിളിച്ചിരുന്നത്. വയലാർ എന്റെ അടുത്ത ബന്ധുവും കൂടിയാണ്. ഏതാനും തവണ തമ്മിൽ കണ്ടിട്ടുമുണ്ട്. 1975 ഒക്ടോബറിൽ ചങ്ങനാശ്ശേരി എൻ.എസ്.എസ്. കോളെജ് ഓഡിറ്റോറിയത്തിൽ വച്ച് നടന്ന സമ്മേളനമായി രുന്നു വയലാറിന്റെ അവസാനത്തേത്. എന്റെ അച്ഛനും (അമ്പലപ്പുഴ രാമവർമ്മ) സംഗീതജ്ഞനായ എൽ.പി.ആർ.വർമ്മ, കിടങ്ങൂർ ഗോപാലകൃഷ്ണ പിള്ള, സിനിമ താരം എം.ജി. സോമൻ എന്നിവരും അതിൽ സംബന്ധിച്ചു. വയലാർ ആയിരുന്നു ഉദ്ഘാടകൻ. സ്വാഗതം പറഞ്ഞത് പ്രിൻസിപ്പൽ പണിക്കർ സാറാണ്. ഒക്ടോബർ 27-ാം തീയതി മലയാളി സഹൃദയരെയാകമാനം ദുഃഖസാഗരത്തിലാഴ്ത്തി വയലാർ എന്ന ആ വാനമ്പാടി സ്വർണച്ചിറകടിച്ച് സ്വർഗ്ഗത്തിലേക്ക് പറന്നു പോയി.

മനുഷ്യമനഃസാക്ഷിയെ തൊട്ടുണർത്തുന്ന വിജയലക്ഷ്മിയുടെ ഈ ചിന്താ ശകല സുഭാഷിതങ്ങൾ വായനക്കാർക്ക് നിധിപേടകമാണ്. ആ അക്ഷരവല്ലരിയിൽ ഇനിയും നിറയെ സുഗന്ധസൂനങ്ങൾ വിരിയട്ടെ! എന്ന ആശംസയോടെ വിജയ ചിന്തയുടെ ലക്ഷ്മീ വൈജയന്തിയായ ഈ ഗ്രന്ഥം അനുവാചകസമക്ഷം അവതരി പ്പിക്കുന്നു.

കോട്ടയം　　　　　　　　　　**രാജാ ശ്രീകുമാർ വർമ്മ**
10-01-2025

ആകാശവാണി
തിരുവനന്തപുരം നിലയത്തിൽ അവതരിപ്പിച്ച
പ്രഭാതചിന്തകൾ

1. ആധാരം-ടെലഫോൺ-ഹലോ! ഹലോ!

നമ്മുടെ നിത്യ ജീവോതത്തിൽ ഒരു ടെലഫോൺ സംഭാഷണ മെങ്കിലും ഇല്ലാത്ത ദിവസം അപൂർവ്വമാണ്. ഇ-മെയിലും വാട്സ് ആപ്പും ഫെയ്സ്ബുക്കുമൊക്കെ പ്രചാരത്തി ലായിട്ടുണ്ടെങ്കിലും ഫോണിനെയാണ് സാധാരണക്കാരായ ജനങ്ങൾ വിവരങ്ങൾ കൈ മാറാൻ കൂടുതലായും ഉപയോഗിക്കുന്നത്.

പ്രഭാതത്തിലാണ് നാം ഒരു വ്യക്തിയെ വിളിക്കുന്നതെങ്കിൽ 'ഹലോ! ഗുഡ്മോർ ണിംഗ്'! എന്ന സംബോധന മറുവശത്ത് ഫോണെടുത്ത് സംസാരം തുടങ്ങുന്ന ആൾക്ക് ഒരു പോസിറ്റീവ് എനർജി സമ്മാനിക്കും. എത്ര തിരക്കുള്ള വ്യക്തിയാണെങ്കിലും ഈ സംബോധന അദ്ദേഹത്തിന് സംസാരിക്കാൻ ഉന്മേഷം പകരും. അതേപോലെ ഗുഡ് ആഫ്റ്റർനൂൺ, ഗുഡ് ഈവനിംഗ് തുടങ്ങിയവ യ്ക്കും പ്രസക്തിയുണ്ട്. ടെലഫോൺ കണ്ടു പിടിച്ച ശാസ്ത്രജ്ഞൻ 'അലക്സാണ്ടർ ഗ്രഹാംബെൽ' അദ്ദേഹത്തിന്റെ ജീവിത സഖിയോ ടാണല്ലോ ആദ്യമായി 'ഹലോ' എന്ന ശബ്ദം ഉച്ചരിച്ചത്.

നിത്യജീവിതത്തിൽ നാം പല തരത്തിലുള്ള ആളുകളുമായി ടെലഫോണിൽ സംസാരിക്കുന്നു. അവരിൽ ഉന്നതവിദ്യാഭ്യാസം നേടിയവരും അല്ലാത്തവരും ഉണ്ടാകും. അങ്ങനെയുള്ള ടെലഫോൺ സംസാരങ്ങൾക്ക് തീർച്ചയായും ചിലമാനങ്ങൾ ഉണ്ട്. സാന്ത്വന രൂപത്തിലും മര്യാദയും വിനയവും ബഹുമാനവും കാട്ടിയും സന്ദ ർഭോചിതമായി വേണം സംസാരിക്കാൻ. ആത്മസുഹൃത്തുക്കളോ ടും ഉറ്റവരോടും സംസാരിക്കുമ്പോൾ ഈ ഔപചാരികത്വം ആവശ്യ മില്ല. സ്നേഹത്തിന്റേയും വിശ്വാസത്തിന്റേയും ആഴമാണ് അവിടെ പ്രതിഫലിക്കുന്നത്.

ഫോൺ സംഭാഷണത്തിന് വിരാമമിടേണ്ടത് സംസാരിച്ചു തുടങ്ങിയ വ്യക്തി യാണ്. സംഭാഷണങ്ങളിൽ മിതത്വം പാലിക്കാൻ രണ്ടുകൂട്ടരും ശ്രദ്ധിക്കണം. ചിലർ മണിക്കൂറുകളോളം ഫോണിൽ സംസാരിക്കാറുണ്ട്. അത്യാവശ്യമുള്ള കാര്യങ്ങൾ മാത്രം പറയുന്ന താണ് ഉചിതം. സംസാരം ഇടക്കുവച്ച് മുറിഞ്ഞുപോയാൽ വിളിച്ച

യാൾ ഒന്നുകൂടി ശ്രമിച്ച് പൂർത്തിയാക്കേണ്ടതാണ്. ഒരിക്കലും ടെലഫോണിനോട് കോപം കാണിക്കുവാൻ പാടുള്ളതല്ല.

വിവരവിനിമയ രംഗത്ത് ടെലഫോൺ ഒരു ആത്മമിത്രമായി തീർന്നിട്ടുണ്ട്. അതിന്റെ നല്ല രീതിയിലുള്ള വിനിയോഗം ജീവിതത്തെ സുഗമമാക്കുന്നു. അദൃശ്യതയിൽ നിന്നുള്ള സന്ദേശങ്ങളും വാക്കുകളും കേൾക്കുമ്പോൾ ഉണ്ടാകുന്ന മാനസിക സംതൃപ്തി പറഞ്ഞറിയിക്കാവതല്ല. ഇപ്പോൾ നേരിട്ടു കണ്ടു സംസാരിക്കാൻ കഴിയുന്ന സംവിധാനങ്ങളുമുണ്ടെ ങ്കിലും ടെലഫോൺ കണ്ടുപിടിത്തം വരുത്തിയിട്ടുള്ള വിപ്ലവകരമായ മാറ്റത്തെക്കുറിച്ച് ആലോചിക്കുമ്പോൾ നമ്മുടെ ശാസ്ത്രപുരോഗതിയിൽ മാനവരാശിക്ക് അഭിമാനിക്കാനെ കഴിയൂ! നിർത്തട്ടെ, ശരി, ഒ. കെ എന്നൊക്കെ പറഞ്ഞ് സംഭാഷണം അവസാനിപ്പിക്കുമ്പോൾ ഒരു മഹാകാര്യം സാധിച്ച സംതൃപ്തിയല്ലേ ആർക്കുമുണ്ടാവുക. !!

2. കുട്ടികളുടേയും രക്ഷാകർത്താക്കളുടേയും പിരിമുറുക്കം

ഇന്ന് സമൂഹം എത്ര അസ്വസ്ഥമാണ്? കുട്ടികൾ മുതൽ വയോജനങ്ങൾ വരെ എന്തോ ഒരു ടെൻഷൻ അഥവാ പിരിമുറുക്കം അനുഭവിക്കുന്നതായാണ് നാം കാണുന്നത്. എന്താണ് ഇതിന്റെ പ്രധാന കാരണം? ആവശ്യമില്ലാത്ത തിടുക്കം, ക്ഷമഇല്ലായ്മ, അമിതമായ ആഗ്രഹം ഇവയൊക്കെ തന്നെ. കുട്ടികളുടെ വിദ്യാഭ്യാസകാര്യങ്ങളിൽ ഇപ്പോൾ മാതാപിതാക്കൾ മാത്രമല്ല, വീട്ടിലുള്ള അമ്മൂമ്മയും അപ്പൂപ്പനും വരെ ഉത്കണ്ഠാ കുലരാണ്.

മിക്ക വീടുകളിലെയും കുട്ടികൾ പ്രത്യേകിച്ചും പട്ടണങ്ങളിലെ പള്ളിക്കൂടങ്ങളിൽ പഠിക്കുന്നവർ രാവിലെ ഏഴു മണിയാകുമ്പോൾ തന്നെ സ്കൂൾ വാഹനങ്ങളിൽ കയറി പ്പറ്റാനുള്ള തത്രപ്പാടിലാണ്. പല കുട്ടികളും തിടുക്കം മൂലം പ്രഭാതഭക്ഷണം ഒഴിവാക്കുന്നു. ഉച്ചയ്ക്ക് കഴിക്കാൻ മിക്കവാറും കുട്ടികൾ ചോറ് അവരുടെ ബാഗിൽ കൊണ്ടു പോകുന്നു. പക്ഷെ കളിക്കാൻ കിട്ടുന്ന അൽപ്പസമയം പ്രയോജനപ്പെടുത്തി അവർ ആ ആഹാരം ഞൊടിയിടകൊണ്ട് കഴിച്ചു തീർക്കുന്നു. കാന്റീൻ പ്രവർത്തിക്കുന്ന ചുരുക്കം ചില സ്കൂളുകളിൽ ഒരു നിശ്ചിത തുക കൊടുത്താൽ കുട്ടികൾക്ക് ഉച്ചയ്ക്ക് ചൂടുചോറു കഴിക്കാം. ഉദ്യോഗസ്ഥരായ മാതാപിതാക്കൾക്ക് ഇത് ഒരാശ്വാസം തന്നെയാണ്.

പഠനം കഴിഞ്ഞ് നാലുമണിയോടുകൂടി വീട്ടിൽ എത്തുന്ന കുട്ടികൾക്ക് പോഷകാഹാരവും വിശ്രമവും ആവശ്യമാണ്. പക്ഷെ വീട്ടിൽ വന്നതിനുശേഷവും ഇവർ അടുത്ത തയ്യാറെടുപ്പായ ട്യൂഷൻ അല്ലെങ്കിൽ എൻട്രൻസ് കോച്ചിംഗിലേക്ക് കടക്കുകയാണ്. ഇവിടെ ശരിയായ വിശ്രമം കിട്ടാത്ത ഈ കുട്ടികൾക്ക് വീണ്ടും ഒരു നൂറ് ശതമാനം ശ്രദ്ധ സാധ്യമാണോ?അച്ഛനമ്മമാർ ചിന്തിക്കേണ്ടത് ഉണ്ട്. അവരുടെ നിർബന്ധവും ആഗ്രഹവും കൊണ്ടായിരിക്കാം പല കുട്ടികളും പ്രവേശന പരീക്ഷ എന്ന ഓൺലൈൻ വീരനുമായി മല്ലിടുന്നത്. പഠനത്തിലുള്ള ഈ സ്ട്രസ്സ് കുട്ടികളുടെ മാനസികോല്ലാ

സത്തിനും വ്യായാമ ത്തിനും തടസ്സം നിൽക്കുകയാണ്. ഇഷ്ടമുള്ള വിഷയങ്ങൾ അവർ പഠിക്കട്ടെ; ഓപ്ഷൻസ് അവർക്കു കൊടുക്കൂ! സ്വതന്ത്രമായി അവർ ചിന്തിക്കട്ടെ; വശ്യസുന്ദരമായ ഈ പ്രകൃതി യിൽ അല്പ സമയമെങ്കിലും പൂമ്പാറ്റകളെ പോലെ അവർ പാറി നടക്കട്ടെ! എത്തേണ്ടിടത്ത് അവർ താനെ എത്തിക്കൊള്ളും. രക്ഷി താക്കൾ അമിത വേവലാതിയിൽ മുഴുകാതിരിക്കുക!

3. കുട്ടികൾക്കുള്ള പോക്കറ്റ് മണി

ഇന്നത്തെ തലമുറയിലെ കുട്ടികളിൽ ഭൂരിഭാഗവും പോക്കറ്റ്മണി കൊണ്ടു നടക്കു ന്നവരാണ്. ചില മാതാപിതാക്കൾ വേണ്ടതിലധികവും പണം കുട്ടികളുടെ പോക്കറ്റിലിട്ടു കൊടുക്കുന്നു. ഒരത്യാവശ്യം വന്നാൽ എന്റെ കുട്ടി ഒരു കാരണവശാലും വിഷമിക്കരുത്, എന്ന സദ് ഉദ്ദേശ്യമാണ് അവരുടെ മനസ്സിലുള്ളത്. നല്ലതു തന്നെ. പക്ഷെ ഇങ്ങനെ കിട്ടുന്ന പണം വിദ്യാർത്ഥികളിൽ ചിലരെങ്കിലും ദുരുപയോഗപ്പെടുത്തുന്നു. ലക്ഷ്യമില്ലാതെ ചിലവാക്കുന്നു. പണം വീട്ടിൽ നിന്നു കിട്ടാൻ സാഹചര്യം ഇല്ലാത്ത വിദ്യാർത്ഥികൾ ഇതു കണ്ടു വേവലാതിപ്പെടുന്നു: ചിലപ്പോൾ വ്യാകുലരാകുന്നു. കൂട്ടുകാരോടൊപ്പം നിൽക്കാൻ സാധിക്കാത്തതിൽ ഒരു ചെറിയ ജാള്യതയും അവർക്കുണ്ടാകുന്നു. ക്രമേണ അവരുടെ മനസ്സിൽ ദു:ശ്ചിന്ത ഉദിക്കുന്നു അച്ഛന്റെ മണിപേഴ്സിൽ നിന്നും അല്പം പൈസ എടുത്താലോ എന്ന് ആലോചിക്കുന്നു. പല പ്രാവശ്യം കൂട്ടുകാരന്റെ മുമ്പിൽ ചെറുതാ വേണ്ടി വരുമ്പോൾ ഒരിക്കൽ ആ അച്ഛന്റെ മകൻ അല്പം പൈസ മോഷ്ടിക്കുന്നു. അച്ഛന്റെ പരിശോധനയിൽ മുഖത്തു നോക്കി സത്യം തുറന്നു പറയാൻ ഇന്ന് എത്ര കുട്ടികൾ ധൈര്യപ്പെടുന്നു എന്നുള്ളതാണ് നാം ശ്രദ്ധിക്കേണ്ടത്.

ജീവിതത്തിലെ ഓരോ പുതുമയും രുചിച്ചു നോക്കാൻ കൗതുകം തോന്നുന്ന ഇത്തരം കൗമാരക്കാരോട് നമ്മുടെ രാഷ്ട്രപിതാവ് ആയ മഹാത്മാഗാന്ധിയുടെ കുട്ടി ക്കാലത്തെ സത്യത്തിന്റെ കഥ തന്നെ പറഞ്ഞുകൊടുക്കേണ്ടതാണ്.

ഒരിക്കൽ ഒരു കൂട്ടുകാരൻ ഗാന്ധിയെ പുകവലിക്കാൻ പ്രേരിപ്പിച്ചു. മറ്റൊരിക്കൽ അയാൾ മാംസാഹാരത്തിന്റെ ഗുണം വർണ്ണിച്ച് മോഹൻദാസിനെ അതിലും കുടുക്കി. ഇതിനെല്ലാം പണം ആവശ്യമായിരുന്നു. വീട്ടിൽ നിന്നു കിട്ടാനും മാർഗമില്ല. അപ്പോൾ മോഷണം വേണ്ടി വന്നു. ഗാന്ധിജി തന്റെ ജ്യേഷ്ഠന്റെ സ്വർണ്ണ ചെയിനിൽ നിന്നും ഒരു കഷ്ണം മുറിച്ചെടുത്തു വിറ്റു. അരുതാത്തതായിരുന്നു ആ പ്രവൃത്തി. ഇതെല്ലാം ചെയ്യുമ്പോൾ കൊച്ചു കരംചന്ദിന്റെ മനസ്സ്

കുറ്റബോധം കൊണ്ട് നീറുകയായിരുന്നു. സത്യവ്രതനായ ഹരിശ്ച ന്ദ്രന്റെ നാടകം മനസ്സിൽ കൊളുത്തിയ തിരി മങ്ങുന്നതായി അദ്ദേ ഹത്തിനു തോന്നി. അസ്വസ്ഥത പെരുത്ത് ആ ലജ്ജാശീലൻ അവസാനം തന്റെ കുറ്റങ്ങൾ ഏറ്റുപറഞ്ഞു കൊണ്ടു അച്ഛനൊരു കത്തെഴുതി. മനസ്സിന്റെ വിങ്ങിപ്പൊട്ടൽ അക്ഷരങ്ങളിൽ പോലും കാണാമായിരുന്നു. തന്റെ ഇളയമകന്റെ ഈ കുറ്റസമ്മതം അച്ഛന് കോപമല്ല ഉളവാക്കിയത്. ആ വാത്സല്യമൂർത്തിയുടെ കണ്ണുക ളിൽ നിന്ന് രണ്ടു തുള്ളി കണ്ണുനീർ ഇറ്റു വീണു. ആ ചിത്രം ഒരു താക്കീതായി മോഹൻദാസിന്റെ ഹൃദയത്തിൽ മായാതെ നിന്നു... ആ മോഹൻ ദാസ് കരംചന്ദാണ് പിന്നീട് ലോകം മുഴുവൻ അറിയപ്പെട്ട 'മഹാത്മാവ്' മഹാത്മാഗാന്ധി ആയി തീർന്നത്.

4. കരുത്താണാവശ്യം; വാക്കിലും മനസ്സിനും നല്ല ചുണ വേണം

ഒരു ക്ലാസിലെ സ്ട്രങ്ത് (strength) കുട്ടികളുടെ ആകെ സംഖ്യ ഒരു നാൽപ്പത്തിയഞ്ച് അല്ലെങ്കിൽ ഒരു അൻപത് വരെ ആണെന്നിരിക്കട്ടെ. പക്ഷെ അവരുടെയെല്ലാം ബുദ്ധി ഒരു പോലെ ആയിരിക്കുകയില്ല. ഒന്നോ രണ്ടോ കുട്ടികൾ ആയിരിക്കും പഠനത്തിൽ ഒന്നാമതായി നിൽക്കുന്നത്. അവിടെ വിഷയപഠനം നന്നായി ചെയ്യുന്ന കുട്ടികൾക്കാണ് കൂടുതൽ മാർക്ക്സ് (Marks) ലഭിക്കുക; നമുക്കറിയാം. പക്ഷെ ബാക്കിയുള്ള കുട്ടികൾ മോശക്കാരാണ് എന്ന് ഒരിക്കലും നമുക്ക് അസ്സസ് (assess) ചെയ്യാൻ പറ്റുകയില്ല; രണ്ടാമത്തെ റാങ്കിൽ വരുന്ന 3-4 അല്ലെങ്കിൽ 4-5 കുട്ടികൾ കാണും, മൂന്നാമത്തെ റാങ്ക് ആകുമ്പോൾ കുറെക്കൂടി വിദ്യാർ ത്ഥികൾ;പിന്നെ ബാക്കിയുള്ളവർ ശരാശരി, അങ്ങനെ പോകുന്നു കുട്ടികളുടെ പഠന നിലവാരം.

ഞാൻ ഇവിടെ സൂചിപ്പിക്കുവാൻ ഉദ്ദേശിക്കുന്നത് ബുദ്ധിയുള്ള മിടുക്കന്മാരെപ്പറ്റിയല്ല. വകതിരിവ് അഥവാ തിരിച്ചറിവ് (common sense) വിശേഷബുദ്ധി എന്നൊക്കെ നാം നിത്യജീവിതത്തിൽ പ്രയോഗിക്കുന്ന രണ്ടുമൂന്നു വാക്കുകൾ ഉണ്ട്. ഈ വാക്കുകളെ അർത്ഥവത്താക്കുന്ന മിടുക്കന്മാരല്ലാത്ത ഏതാനും കുട്ടികൾ ഉണ്ട്. ഇവർ വീട്ടിൽ അച്ഛനമ്മമാരോടും സ്കൂളിൽ അധ്യാപകരോടും സുഹൃത്തുക്കളോടും അത്യന്തം വകതിരിവോടേയും തിരിച്ചറിവോടെയും പെരുമാറുന്നു. ഇവർ പഠനത്തിൽ അത്ര മുന്തിയവരല്ല. എങ്കിലും സമയവും സന്ദർഭവും മനസ്സിലാക്കിയുള്ള ഇവരുടെ പെരുമാറ്റവും മന:ശക്തിയും സ്നേഹവും എല്ലാം വീട്ടിൽ രക്ഷാകർത്താക്കളേയും സ്കൂളിൽ ഗുരുക്കന്മാരേയും ഒരു പോലെ അമ്പരപ്പിക്കും; സന്തോഷിപ്പിക്കും. ഇക്കൂട്ടരിൽ ചിലർ അസാമാന്യ നേതൃപാടവം ഉള്ളവരാണെന്നും കാണാം. കരുത്താണാവശ്യം, വാക്കിലും മനസ്സിലും നല്ല ചുണ വേണം, അതായത് ചില കുട്ടികളെപ്പറ്റി നാം പറയാറില്ലേ, ചുണക്കുട്ടി! ബുദ്ധിയും സാമർത്ഥ്യവും രണ്ടും രണ്ടാണ്. എന്തും നേടിയെടുക്കുന്നവനാണ് സമർത്ഥൻ!

5. മൊബൈൽ ഫോണുകൾ സൂക്ഷിച്ച് ഉപയോഗിക്കുക

കഴിഞ്ഞ കുറെ വർഷങ്ങളായി അത്യാധുനിക മൊബൈൽ ഫോണുകളുടെ ഉപയോഗം സാർവത്രികമായിരിക്കുകയാണല്ലോ. ബസ്സ്റ്റാൻഡുകൾ, റെയിൽവെ പ്ലാറ്റ്ഫോമുകൾ, ട്രെയിൻ കംപാർട്ട്മെന്റുകൾ, വെയിറ്റിംഗ്ഹാളുകൾ, ഹോട്ടലുകൾ എന്നുവേണ്ട ഹ്രസ്വദൂര ബസ്സു കൾക്കുള്ളിൽ വരെ പരിസരബോധമില്ലാതെ മുഖവും കുനിച്ച് മൊബൈലിൽ വിരൽ ഓടിച്ചു കൊണ്ടിരിക്കുന്ന മനുഷ്യരെയാണ് നാം കാണുന്നത്. റെയിൽപാളങ്ങൾ മുറിച്ചു കടക്കുമ്പോൾ ഫോണിൽ സംസാരിച്ചതു വഴി എത്ര ജീവനാണ് പൊലിഞ്ഞു പോയിട്ടുള്ളത്! ചെവിയിൽ മൊബൈൽ വെച്ചുകൊണ്ട് അല്പസമയത്തേക്കാണെങ്കിൽ പോലും വാഹനങ്ങൾ ഓടിക്കുന്ന ഡ്രൈവർമാരും ധാരാളം. ദിവസവും അപകട മരണവാർത്ത കേൾക്കാനിടയാകുന്നു.

ഇന്നത്തെ ആധുനിക ക്യാമറ മൊബൈലുകളിൽ ആകൃഷ്ടരായി പഠനത്തിൽ താല്പര്യക്കുറവ് കാണിക്കുന്ന കുട്ടികളുടെ എണ്ണവും ഏറി വരുന്നു. രക്ഷാകർത്താക്കളുടെ ശ്രദ്ധ ഇവിടെ നല്ലതുപോലെ ഉണ്ടാകേണ്ടതാണ്. മൊബൈലിനെ ഗുണകരമായി മാത്രം ഉപയോഗിച്ച് വിപത്തിലേയ്ക്ക് കടത്തിവിടാവുന്ന സംവിധാനങ്ങളെ ഒഴിവാക്കുക. കുട്ടികൾക്ക് മൊബൈൽ ഫോൺ വാങ്ങി കൊടുക്കാതിരിക്കുക തന്നെയാണ് അച്ഛനമ്മമാർ ചെയ്യേണ്ടത്. മൊബൈൽ ഫോണുകളുടെ അമിത ഉപയോഗം വീട്ടിലുള്ള പ്രായമായവർ അല്പം വീർപ്പുമുട്ടലോടെയാണ് സഹിക്കുന്നത്. കാരണം കുഞ്ഞുകുട്ടികളുടെ കൈകളിൽ വരെ കളിക്കാൻ മൊബൈൽ ഫോണുകളാണ് ഇപ്പോൾ. ഇതിൽനിന്നും പ്രസരിക്കുന്ന ശക്തിയേറിയ രശ്മികൾ മനുഷ്യശരീരത്തിൽ മാരകമായ അസുഖങ്ങൾ വരുത്തുന്നതായി പഠനങ്ങളിൽ കാണുന്നു. ഈ സന്ദർഭത്തിൽ പ്രസിദ്ധ ഭൗതിക ശാസ്ത്രജ്ഞൻ ആൽബർട്ട് ഐൻസ്റ്റീന്റെ വചനങ്ങൾ ഓർമ്മയിൽ വരുന്നു. “I fear the day when technology overlaps with our humanity, the World will only have a generation of idiots then" സാങ്കേതികത നമ്മുടെ മാനവികതയെ മൂടിക്കളയുന്ന കാലം ഞാൻ ഭയപ്പെടുന്നു; അന്ന് ലോകത്ത് ഉണ്ടായിരിക്കുക മൂഢന്മാരുടെ തലമുറയായിരിക്കും.

6. ഉപകാരസ്മരണ

ഈ ഭൂമിയിൽ ഉപകാരം ചെയ്യാത്തവരായും ഉപകാരം സ്വീകരിക്കാത്തവരായും ആരും തന്നെ കാണുകയില്ല. പക്ഷെ 'ഉപകാരസ്മരണ' എന്നൊരു വാക്കുണ്ടല്ലൊ; അതായത് ഉപകാരം ചെയ്തവരെ ഒന്ന് സ്മരിക്കുവാനോ അവസരം വരുമ്പോൾ പ്രത്യു പകാരം ചെയ്യുവാനോ എത്ര പേർ ശ്രമിക്കാറുണ്ട്. ? വളരെ കുറവാണ് എന്ന് കാണാ വുന്നതാണ്. നാം ഒരാൾക്ക് ഒരു ഉപകാരം ചെയ്താൽ അത് വീട്ടിലും നാട്ടിലുമൊക്കെ പ്പറഞ്ഞ് അതിന്റെ മഹത്വം ഇല്ലാതാക്കരുത്. നമ്മുടെ മനസ്സിന്റെ നന്മയാണ് മറ്റുള്ളവർക്ക് ആപത്ത് വരുമ്പോൾ ശാരീരികമായോ സാമ്പത്തികമായോ സഹായിക്കുക എന്നത്. ഈ അടിയന്തരഘട്ടത്തിൽ പ്രതിഫലമോ, പ്രത്യുപകാരമോ ഒന്നും നാം ആഗ്രഹിക്കരുത്. എങ്കിൽ മാത്രമേ അതു ശുദ്ധമാവുകയുള്ളൂ. ഉപകാരസ്മരണ ഇല്ലാത്തവർക്ക് അവരുടെ നന്ദികേടിന് ശിക്ഷ ലഭിക്കുമെന്നാണ് പല പുരാണകഥകളും വിവക്ഷിക്കുന്നത്.

ഒരു ഗ്രീക്ക് പുരാണ കഥ ഓർമ്മയിലുള്ളത് ഇങ്ങനെയാണ്:- ഹിപ്പോമെനിസ് എന്ന യുവാവിന് സുന്ദരിയായ അറ്റ്ലാന്റയെ വിവാഹം കഴിക്കണമെന്ന് അതിയായ മോഹം! പക്ഷെ ഓട്ട മത്സരത്തിൽ അവളെ ജയിച്ചാലേ ഹിപ്പോമെനിസിന്റെ ആഗ്രഹം നടക്കുകയുള്ളു. അത് അസാധ്യമായ കാര്യമാണെന്ന് ഹിപ്പോമെനിസിനും അറിയാം. കാര്യസിദ്ധിക്കു വേണ്ടി മെനിസ് ആഫ്രോഡൈറ്റി ദേവിയെ പ്രാർത്ഥിക്കാൻ തുടങ്ങി. അവസാനം ദേവി പ്രസാദിച്ചു. ഹിപ്പോമെനിസിന് ദേവി മൂന്നു സ്വർണ്ണ ആപ്പിളുകൾ നൽകി. സ്വർണ്ണ ആപ്പിൾ ഉപയോഗിച്ച് ഓട്ടമത്സരത്തിൽ ജയിക്കേണ്ട വിധവും ദേവി ഹിപ്പോമെനിസിന് ഉപദേശിച്ചു കൊടുത്തു. ഓട്ടത്തിനിടയിൽ മെനിസ് ഒന്നും രണ്ടും തവണ സ്വർണ്ണ ആപ്പിൾ എടുത്ത് അറ്റ്ലാന്റയുടെ മുന്നിലേക്കിട്ടുവെങ്കിലും ആപ്പിൾ കുനിഞ്ഞെടുത്ത് അവൾ മുന്നേറി. പക്ഷെ മൂന്നാം തവണ അവൾ പരാജയപ്പെട്ടു. ആപ്പിൾ കുനിഞ്ഞ് എടുക്കുന്ന സമയം മെനിസ് മുന്നിലെത്തി. കരാർ പ്രകാരം അറ്റ്ലാന്റ ഹിപ്പോമെനിസിന്റെ ഭാര്യയായി. പക്ഷെ പ്രസാദിച്ച ആഫ്രോഡൈറ്റി

ദേവിയെ മെനിസ് മറന്നു. ദേവിയോട് അയാൾ ഒട്ടും നന്ദി കാട്ടിയില്ല. മെനിസ്സിന്റെ നന്ദികേടിന് തക്ക ശിക്ഷയായി ദേവി അവനെ മാത്ര മല്ല; സുന്ദരിയായ അവന്റെ ഭാര്യ അറ്റ്ലാന്റയെയും സിംഹങ്ങളാക്കി മാറ്റി. ജീവിതാവസാനം വരെ സിംഹങ്ങളായ അവർക്ക് ഭാരം വലിച്ച് കഴിഞ്ഞു കൂടേണ്ടതായും വന്നു.

നന്ദികേടിനുള്ള തക്കതായ ശിക്ഷ!!

7. പരാജയം വിജയത്തിലേക്കുള്ള ചവിട്ടുപടി

ജീവിതത്തിൽ തെറ്റുപറ്റാത്തവരായി ആരുമില്ല. പരാജയത്തിന്റെ പല കടമ്പകളും കടന്നാണ് നാം വിജയത്തിലെത്തിച്ചേരുന്നത്. ഒരു പ്രാവശ്യം അറിഞ്ഞോ അറിയാതെയൊ നിങ്ങൾ ഒരു തെറ്റു ചെയ്തുപോയെന്നു കരുതി അതിൽ ആശങ്കപ്പെടരുത്, പക്ഷെ പശ്ചാ ത്തപിച്ച് ആ തെറ്റ് ഇനി വീണ്ടും ഉണ്ടാവുകയില്ല എന്ന് പ്രതിജ്ഞ എടുക്കുക. നിങ്ങൾ ആദ്യം ആ തെറ്റ് ചെയ്തില്ലായിരുന്നുവെങ്കിൽ; ഒരു പക്ഷെ ഇപ്പോഴത്തെപ്പോലെ ഒരു മഹത് വ്യക്തി ആകുമായിരുന്നോ? ചിന്തിക്കുക! അതുകൊണ്ട് തെറ്റുകളിലൂടെ മാത്രമേ നാം ശരിയിലേക്ക് കടക്കുകയുള്ളു. തെറ്റു പറ്റുന്നവനേ ശരിയായ വഴി കണ്ടെത്തൂ.

ഒരു കുഞ്ഞ് പത്തു മാസം അഥവാ ഒന്നാം പിറന്നാൾ ആകുമ്പോഴേക്കും പിച്ചവെച്ചു നടക്കാൻ തുടങ്ങുന്നു. അതിനിടയിൽ ആ പൊന്നോമന; ആ പിഞ്ചുപൈതൽ എത്ര പ്രാവശ്യം വീഴുന്നു? കരഞ്ഞുകൊണ്ട് എഴുന്നേറ്റതിന്നുശേഷം വീണ്ടും ശ്രമം തുടരുന്നു. അതുപോലെ തന്നെയാവണം വിജയം ആഗ്രഹിക്കുന്ന ഓരോ മനുഷ്യമനസ്സും. നമ്മുടെ മുന്നിലുള്ള ലക്ഷ്യം മുറുകെ പിടിച്ചുകൊണ്ട് മുന്നോട്ടു പോവുക. വിശ്വവിഖ്യാതനും രാജ്യസ്നേഹിയും തത്ത്വചിന്തകനുമായിരുന്ന സ്വാമി വിവേകാനന്ദന്റെ വാക്കുകൾ ഈ സന്ദർഭത്തിൽ നമുക്ക് ഓർക്കാം. 'കഴിഞ്ഞതു കഴിഞ്ഞു; പശ്ചാത്താപത്തിലൂടെ ഇനി അതാവർത്തിക്കില്ല എന്ന് ദൃഢപ്രതിജ്ഞ എടുത്ത് മുന്നേറുക, സ്വഭാവവത്കരണം ദീർഘകാലത്തെ നിരന്തര പരിശ്രമം കൊണ്ടേ സാധിക്കൂ; നിരുത്സാഹരാകരുത്. '

നാം മറ്റുള്ളവരുടെ തെറ്റുകളെപ്പറ്റി സംസാരിക്കരുത്. അവരിലെ നന്മ കണ്ടെത്താൻ ശ്രമിക്കുകയാണ് വേണ്ടത്. വീഴ്ചകളും അബദ്ധങ്ങളും പറ്റാത്ത ജീവിതത്തിന് എന്തുരസ മാണുള്ളത്? ഞെരുക്കങ്ങൾ അനുഭവിക്കാത്ത ജീവിതത്തിന് വിലയില്ല. അതുകൊണ്ട് കുറവുകളെയും പിൻവാങ്ങലുകളേയും പറ്റി ചിന്തിച്ച് അധികം സമയം

പാഴാക്കാതിരിക്കുക; ശുഭ പ്രതീക്ഷയോടെ ഒരടിപോലും പുറകോട്ടുപോകാതെ ലക്ഷ്യത്തിൽ ഉറച്ചുനിൽക്കുക. നേട്ടം താനേ നമുക്ക് കൈവരും. തോമസ് ആൽവാ എഡിസൺ, ഡോ: എ.പി. ജെ അബ്ദുൾകലാം, അലിഖാൻ പട്ടൗഡി, ബിൽഗേറ്റ്സ് തുടങ്ങിയവരുടെ ജീവചരിത്രം നമുക്ക് മാതൃകയാക്കാം.

8. പണത്തിന്റെ മൂല്യം കുട്ടികളും അറിയണം

മക്കളെ വളർത്തുന്നതിൽ മിക്ക വീടുകളിലും മാതാപിതാക്കൾ അമിത ലാളന കൊടു ക്കുന്നതായാണ് നാം കാണുന്നത്. വീട്ടിൽ സാമ്പത്തികം അല്പം ഞെരുക്കമാണെങ്കിലും അവരുടെ എല്ലാ കാര്യങ്ങളിലും ധാരാളിത്തം. 'കുട്ടികൾ ഒന്നിനും വിഷമിക്കരുത്' എന്ന ഏക ചിന്തയാണ് അച്ഛനമ്മമാരുടെ മനസ്സിൽ ഉള്ളത്. ഇവിടെ സാമ്പത്തിക സ്ഥിതി കൂടുതലോ കുറവോ ഒന്നും അവർക്ക് പ്രശ്നമല്ല. ഏതുവിധേനെയും കുട്ടികളുടെ ആവശ്യ ങ്ങൾ നിറവേറ്റിക്കൊടുക്കുമ്പോൾ; ഇല്ലായ്മയുടേയും വല്ലായ്മയുടേയും ബാലപാഠം പോലും അവർ അറിയാതെപോകുന്നു. വീട്ടുകാര്യങ്ങൾ എങ്ങനെ നടക്കുന്നു, കുട്ടികൾ ആവശ്യപ്പെടുന്നതിനനുസരിച്ചുള്ള അവരുടെ കാര്യങ്ങൾ നിർവഹിക്കാൻ മാതാപിതാക്കൾ എങ്ങനെ പണം കണ്ടെത്തുന്നു, ഇങ്ങനെയുള്ള കാര്യങ്ങൾ എല്ലാം കുട്ടികളെ വേണ്ടവിധം പറഞ്ഞു മനസ്സിലാക്കുവാൻ അച്ഛനമ്മമാർ മടിക്കുന്നു എന്നതാണ് സത്യം. തന്മൂലം അല്ലൽ അഥവാ പ്രയാസങ്ങൾ എന്തെന്ന് അവർക്ക് ബോധ്യമാകുന്നില്ല. ഇവിടം തൊട്ടാണ് കുട്ടികളുടെ രീതികൾ താളം തെറ്റി തുടങ്ങുന്നത്. വരവും ചെലവും അക്കമിട്ട് പറഞ്ഞ് കുഞ്ഞുങ്ങളെ മനസ്സി ലാക്കണം. ക്ഷമയോടും സ്നേഹത്തോടും കൂടി പറയേണ്ട കാര്യങ്ങൾ പറയേണ്ട സമയത്ത് തന്നെ കുട്ടികളെ പറഞ്ഞ് ബോധ്യപ്പെടുത്തിയാൽ അവർ തീർച്ചയായും ക്രമേണ കാര്യഗൗരവമുള്ളവരായിത്തീരും. പണത്തിന്റെ മൂല്യം എന്തെന്ന് ചിന്തിച്ചു തുടങ്ങുകയും ചെയ്യും.

9. ഗണിതശാസ്ത്രത്തിൽ ഉത്തരം കണ്ടെത്താൻ ഒന്നിലധികം വഴി

ഇതു വായിച്ചെടുത്ത ഒരു കഥയാണ്. 20-ാം നൂറ്റാണ്ടിന്റെ തുടക്കത്തിലെ കഥ. ഒരു കുട്ടിക്ക് കണക്ക് പരീക്ഷയിൽ 100 ൽ 110 മാർക്ക് ഒരിക്കലും സാധ്യമല്ല. എന്ന് നമുക്ക് തോന്നാം; പക്ഷെ ഇത് സത്യമാണ്. ആരാണാ മിടുക്കൻ, എന്നറിയേണ്ടേ? ആ വിദ്യാർത്ഥി ആയിരുന്നു സത്യേന്ദ്രനാഥ് ബോസ്.

കൊൽക്കത്തയിലെ ഹിന്ദു ഹൈസ്ക്കൂളിലെ വിദ്യാർത്ഥിയായിരുന്നു സത്യേന്ദ്ര നാഥ് ബോസ്. ബോസിനെ കണക്കുപഠിപ്പിച്ച അദ്ധ്യാപകൻ കണക്കു പരീക്ഷയ്ക്ക് നൂറിൽ നൂറ്റിപത്ത് മാർക്ക് നൽകി. ഉത്തരക്കടലാസ് കൈയിൽ കിട്ടിയപ്പോൾ ബോസും ഞെട്ടിപ്പോയി. ക്ലാസിലുള്ള മറ്റു വിദ്യാർത്ഥികളും ആശ്ചര്യപ്പെട്ടു.

എന്തുകൊണ്ടാണ് നൂറിൽ നൂറ്റിപ്പത്ത് മാർക്ക് ഇട്ടത്എന്ന് വിദ്യാർത്ഥികൾ ആരാഞ്ഞു. അദ്ധ്യാപകന്റെ വിശദീകരണം ഇങ്ങനെയായിരുന്നു. എല്ലാ ചോദ്യത്തിനും ശരിയായി ഉത്തരം എഴുതി എന്നുള്ളത് മാത്രമല്ല, ചില ചോദ്യങ്ങൾക്ക് ഒന്നിലേറെ വഴികളിൽ കൂടി ഉത്തരം കണ്ടുപിടിച്ചു എന്നുള്ളതാണ് മഹത്വം. അതുകൊണ്ട് പത്തുമാർക്ക് സ്പെഷ്യലായി നൽകാൻ മനസ്സുവന്നു. അങ്ങനെയുള്ള ഒരു വിഷയമാണ് 'ഗണിതശാസ്ത്രം' എന്നുകൂടി അദ്ദേഹം കൂട്ടിച്ചേർത്തു. പിൽക്കാലത്ത് പ്രശസ്ത ശാസ്ത്രജ്ഞനായി വളർന്ന സത്യേന്ദ്രനാഥിനെപ്പോലെ നമ്മുടെ കുട്ടികളും കണക്കിന് ഉത്തരം കണ്ടുപിടിക്കാൻ ഒരു വഴിമാത്രം നോക്കാതെ സാധ്യതയുള്ള മറ്റു വഴികളും ആലോചിച്ച് കണ്ടുപിടിക്കട്ടെ! അല്ലെങ്കിൽ ആലോചിച്ചു കണ്ടെത്താൻ ഈ കഥ പ്രേരകമാകട്ടെ!!

10. ആത്മവിശ്വാസം

ഒരു കൂട്ടം മനുഷ്യരിലെങ്കിലും ശുഭാപ്തിവിശ്വാസം നന്നേ കുറവാണ്. എപ്പോഴും ഒരു നെഗറ്റീവ് ചിന്താഗതി, എനിക്ക് കഴിവ് പോര, പഠിപ്പുണ്ടെങ്കിലും എങ്ങും എത്താനാ വുന്നില്ല, എന്നൊക്കെയുള്ള ചിന്തകൾ. എന്നാൽ വൃഥാ ചിന്തിച്ചു സമയം കളയാതെ അവനവനോടു തന്നെ ചില ചോദ്യങ്ങൾ ചോദിക്കുക. നാം ആഗ്രഹിക്കുന്നതായ ലക്ഷ്യ ത്തിലെത്തുവാൻ നമുക്ക് മുന്നിലുള്ള തടസ്സങ്ങൾ എന്തെല്ലാമാണ്. ? ഉദ്ദേശിച്ച ലക്ഷ്യം കൈവരിക്കാൻ ആത്മാർത്ഥമായ പരിശ്രമം നമ്മുടെ ഭാഗത്ത് നിന്നും ഉണ്ടായിട്ടുണ്ടോ? ഇങ്ങനെ ഒരു ആത്മപരിശോധന നടത്തിയാൽ കുറ്റങ്ങളും കുറവുകളും മനസ്സിലാക്കി ഒരു പുത്തൻ ഉണർവ്വോടെ മുന്നേറാൻ സാധിക്കും. നല്ല പരിശ്രമം ഉണ്ടെങ്കിലേ നൂതനാ ശയങ്ങളും ശുഭചിന്തകളുമൊക്കെ മനസ്സിൽ വരികയുള്ളു. പ്രവൃത്തിപഥം ഏതായാലും സജ്ജനങ്ങളുമായി ഇടപഴകുമ്പോൾ ഒരു പുത്തനുണർവ്വും മനഃശക്തിയുമൊക്കെ കൈ വരുന്നു. ഒപ്പം ആത്മവിശ്വാസവും വളരുന്നു. വിശ്വാസം ശക്തിയുടെ ഉറവിടമാണ്. വിശ്വാസം ഉള്ളിടത്ത് സ്നേഹവും ഉണ്ടാകും.

സ്വയം നിന്ദിക്കാതെ അവനവനിൽ തന്നെ വിശ്വസിക്കുവിൻ! ലോകചരിത്രം തന്നെ അവനവനിൽ വിശ്വാസമുണ്ടായിരുന്ന മഹാത്മാക്കളുടെ ചരിത്രമാണ്. ഇവിടെ വാഗ്മിയും ലോകതത്വചിന്തകനുമായിരുന്ന സ്വാമി വിവേകാനന്ദന്റെ വാക്കുകൾ നമുക്ക് ശ്രദ്ധിക്കാം. 'നിങ്ങൾ നിങ്ങളിൽത്തന്നെ വിശ്വസിക്കുക, എല്ലാ ശക്തികളും നിങ്ങളുടെ ഉള്ളിൽ ത്തന്നെയുണ്ട്; ഇതറിഞ്ഞ് ആ ശക്തികളെ പുറത്തെടുത്ത് പ്രകാശിപ്പിക്കുക; എനിക്ക് എന്തും ചെയ്യാൻ സാധിക്കും എന്നുപറയുക; നിഷേധാത്മക ചിന്തകൾ അരുത്; ഇല്ല; സാധ്യമല്ല എന്നു പറയരുത്. ' ഈ വചനങ്ങൾ തീർച്ചയായും നമുക്ക് ശക്തി പകരും. നമ്മിലെ - മാഞ്ഞ് + തെളിയും. കൈകാര്യം ചെയ്യുന്ന ഏതു വിഷയത്തോടും നമുക്ക് താത്പര്യവും ആത്മാർത്ഥതയും വിശാലവീക്ഷണവുമൊക്കെ ഉണ്ടാകണം. ഏതു മേഖലയിലും വിജയം നേടണ

മെങ്കിൽ ആദ്യം വേണ്ടത് ആത്മവിശ്വാസമാണ്. ഉറച്ച ആത്മ വിശ്വാസമാണ് നമ്മെ വിജയത്തിലേക്കെത്തിക്കുന്നത്. ആത്മവിശ്വാസം ഇല്ലാതിരുന്നാൽ ഈശ്വരവിശ്വാസവും ഉണ്ടാവുകയില്ല എന്ന കാര്യം ഓർക്കുക.

11. ദാമ്പത്യത്തിന്റെ കരുത്ത്

ദാമ്പത്യത്തിന്റെ കരുത്ത് എന്താണ്? ഈ ചോദ്യത്തിനുള്ള ശരിയായ ഉത്തരം ഏത്? ഭാര്യാഭർത്താക്കന്മാർ പരസ്പരം അറിയുക, സഹായിക്കുക, അനുഭവങ്ങളെ സമചിത്തത യോടെ നേരിടാനുള്ള ശാന്തമായ ഒരു മനസ്സുണ്ടാകുക, ഏതു വീഴ്ചയിലും പങ്കാളിയുടെ കൈത്താങ്ങായി നിലകൊള്ളുക; ഇവയൊക്കെയായിരിക്കും ഇതിനുത്തരമായി നാം പറഞ്ഞു തുടങ്ങുക. പക്ഷെ ഉത്തരം ഒറ്റ വാക്കിൽ പറയാൻ സാധിക്കുമോ? ഉത്തരം നമുക്ക് കണ്ടെത്താം, 'ആരോഗ്യം'തന്നെ. ദാമ്പത്യത്തിന്റെ കരുത്തിൽ വ്യക്തിപരമായ ആരോഗ്യ ത്തിന് പരമപ്രധാനമായ സ്ഥാനം ഉണ്ട്. ആരോഗ്യമുള്ള ഒരു ശരീരത്തിനുമാത്രമേ പ്രവർത്തിക്കുവാനും സ്നേഹിക്കുവാനും കഴിയുകയുള്ളു.

ഇന്നത്തെ ഈ കാലഘട്ടത്തിൽ മിക്ക വീടുകളിലും ഭാര്യയും ഭർത്താവും ഉപജീവനം തേടി ഏതെങ്കിലും ജോലിയിൽ ഏർപ്പെട്ട് വൈകുന്നേരം വീട്ടിൽ മടങ്ങിയെത്തുന്നവരാണ്. കുടുംബ ജോലികളിൽ പങ്കുചേരലിന്റെ അന്തരീക്ഷം ഉണ്ടാകേണ്ടത് എക്കാലത്തേക്കാളും ഇന്ന് അനിവാര്യമാണ്. സമയക്കുറവുകൊണ്ട് ആരോഗ്യ പരിപാലനത്തിലാണ് നമ്മുടെ ശ്രദ്ധ കുറയുന്നത്. ആരോഗ്യ പരിരക്ഷയ്ക്ക് മുൻതൂക്കം കൊടുത്ത് വിശക്കുന്ന സമയത്തുതന്നെ ഭാര്യയും ഭർത്താവും ഭക്ഷണം കഴിക്കണം. ഭക്ഷണം കഴിക്കാൻ ഭർത്താവിന്റെ സമയം ഭാര്യ എപ്പോഴും കാക്കണമെന്നില്ല. തിരിച്ചും അതുപോലെ. ഇവിടെ ഞാൻ ഉദ്ദേശിക്കുന്നത് കഴിപ്പു സമയോചിതമായും സന്ദർഭോചിതമായും ആകാം എന്നേയുള്ളു. കാത്തിരുന്ന് പിന്നീട് ഭക്ഷണം ഒഴിവാക്കുന്ന ചുരുക്കം ചില ദമ്പതിമാരെങ്കിലും ഇപ്പോഴും നമ്മുടെ ഭവന ങ്ങളിൽ ഉണ്ട്. എന്നാൽ കുടുംബാംഗങ്ങൾ എല്ലാവരും ഒന്നിച്ചിരുന്ന് ഭക്ഷണം കഴിക്കാൻ കിട്ടുന്ന അവസരം വിനിയോഗിച്ച് സ്നേഹവും സന്തോഷവും വാത്സല്യവുമൊക്കെ പങ്കിടുകതന്നെവേണം. ഒന്നിച്ചു ഭക്ഷണം കഴിക്കുമ്പോൾ മനസ്സ് ഒരുമിക്കുന്നു. എരിവ്, പുളി, ഉപ്പ് ഇതൊന്നും അധികരിക്കാത്ത;

കൊഴുപ്പുകുറഞ്ഞ ചെറിയ ചൂടുള്ള ഭക്ഷണം ആയുസ്സ്, ഓജസ്സ്, ബലം, സുഖം, തൃപ്തി ഇവ നൽകി ദാമ്പത്യത്തെ കരുത്തുറ്റതാക്കുന്നു. ഓർക്കുക, നാം എപ്പോഴും പറയാറില്ലേ! കേൾക്കാറില്ലേ! 'നല്ല ഭക്ഷണം തന്നെയാണ് നല്ല മരുന്ന്. '

12. ദാനം ഒരു പുണ്യം

'ദാനം ചെയ്യുക' ഒരു പുണ്യപ്രവൃത്തിയാണ്. അത് നമ്മുടെ പാപ കർമ്മങ്ങൾക്കുള്ള പ്രായശ്ചിത്തം കൂടിയാവുന്നു. ദാനം ചെയ്യുന്ന വർ നല്ല മനസ്സിന്റെ ഉടമകളാണ്. അവർ പുണ്യാത്മാക്കളുമാണ്. 'ദാനം തന്നെ ധ്യാനം' എന്ന് മഹത്തുക്കൾ ചൊല്ലിയിട്ടുണ്ട്. നമുക്ക് മറ്റൊരാളെ സഹായിക്കാൻ അയാൾക്ക് ആവശ്യമായ എന്തും ദാനം ചെയ്യാം. ഇതിൽ അന്നദാനത്തോളം ശ്രേഷ്ഠമായി മറ്റൊന്നില്ല. 'അന്നദാനം മഹാദാനം' എന്നതാണ് പ്രമാണം. ധനം കൊടുത്ത് ഒരാളേയും തൃപ്തിപ്പെടുത്തുവാൻ സാധിക്കുകയില്ല. വിശക്കുന്ന വ്യക്തി ധനത്തേക്കാളുപരി ഭക്ഷണമാണല്ലോ സ്വീകരിക്കുക. ഒരാളുടെ സ്നേഹം പിടിച്ചു പറ്റാൻ നല്ല ഭക്ഷണത്തിനു സാധിക്കും. ഒരു നേരത്തെ ഭക്ഷണം കൊടുത്ത് വിശപ്പുമാറ്റുമ്പോൾ ഭക്ഷണം കഴിക്കുന്ന ആൾ, വിളമ്പിയ ആളിനെ അടുത്തറിയുന്നു; സ്നേഹി ക്കുന്നു. ഭക്ഷണത്തിലൂടെ സ്നേഹബന്ധത്തിന്റെ ആഴം വർദ്ധിക്കു ന്നു. ഭക്ഷണം രുചിച്ചു കഴിക്കുന്നതിനൊപ്പം ആ ദാതാവിനേയും മാധുര്യമേറിയ മനസ്സുകൊണ്ട് ഓർക്കുന്നു. അങ്ങനെ ഭക്ഷണം ഹൃദ യത്തിലേയ്ക്കുള്ള വഴി തുറക്കുന്നു. എത്രയോ കാലം ഈ ഓർമ്മ മനസ്സിൽ തങ്ങി നിൽക്കുന്നു. 'അന്നം ബ്രഹ്മ' എന്നാണ് ഉപനിഷ ത്തുക്കളിൽ പറയുന്നത്. അന്നദാനം ചെയ്യുന്ന വ്യക്തിക്ക് പരമപദം അഥവാ മോക്ഷപ്രാപ്തിയാണ് ലഭിക്കുക. പാത്രം അറിഞ്ഞ് ദാനം ചെയ്യണം എന്നതും അർത്ഥവത്താണ്. അർഹിക്കുന്നവർക്ക് ദാനം ചെയ്ത് നമുക്കോ രോരുത്തർക്കും ധന്യരായിത്തീരാം. 'ദാനം' എന്ന മഹത്തായ നന്മ കൊലയാളിയുടെ മാനസാന്തരത്തിനുപോലും കാര ണമാകുന്നു. ഈ അവസരത്തിൽ അവയവദാനവും മഹത്തരം ആണെന്നുള്ള സത്യം നമുക്ക് മറക്കാതിരിക്കാം.

13. സംസാരത്തിന് നല്ല ഭാഷ

ഓരോ ദിവസവും എത്രനേരമാണ് നാം ആരോടൊക്കെയായി സംസാരിക്കുന്നത്? അതായത് നമ്മുടെ കുട്ടികളോട്, ജീവിതപങ്കാളിയോട്, വീട്ടിലെ മുതിർന്നവരോട്, വീട്ടുവേലകളിൽ സഹായിക്കുന്നവരോട്, പുറത്തുപോകുമ്പോൾ പൊതുജനങ്ങളോട്, കൂട്ടുകാരോട്, ഇങ്ങനെ വിവിധ തരത്തിലുള്ളവർ. സംസാരത്തിന് നല്ല ഭാഷ തന്നെ വേണം. നമ്മുടെ ഭാഷ നമ്മുടെ സംസ്കാരമാണ്. ഓരോ സംസാര രീതിക്കും നമ്മുടെ മനസ്സിനെ സ്വാധീനിക്കാൻ കഴിയും. എല്ലാ സംസാരവും ഒരേ രീതിയിലല്ല എന്നതും നാം ശ്രദ്ധിക്കണം.

കുട്ടികളോട് സംസാരിക്കുന്നതിന് ഒരു പ്രത്യേക രീതിതന്നെ വേണ്ടേ? അവരോട് വിനയവും സ്നേഹവും കാട്ടണം, കാരണം നമ്മുടെ സംസാരത്തിൽ മിതത്വവും വിനയവും ഉണ്ടെങ്കിൽ മാത്രമേ അവരും അങ്ങനെ സംസാരിച്ചു ശീലിക്കുകയുള്ളൂ. ചില കൊച്ചു കുട്ടികൾ ചില സന്ദർഭങ്ങളിൽ ചീത്ത വാക്കുകൾ പറയുന്നതു നാം കേട്ടിട്ടുണ്ടെങ്കിൽ അത് അവർ മുതിർന്നവരുടെ നാവിൽനിന്നും തന്നെ കേട്ടിട്ടുള്ളതാവണം. വലിയവരുടെ സംസാരം ഏത് സന്ദർഭങ്ങളിലും കുട്ടികൾക്ക് മാതൃകയാകേണ്ടതാണ്. വായ കൊണ്ട് നമുക്ക് സന്തോഷകരമായ കാര്യങ്ങളും ദുഃഖകരമായ കാര്യങ്ങളും പറയാം. പക്ഷെ സന്തോഷവർത്തമാനങ്ങൾ കേൾക്കാനാണ് എല്ലാവർക്കും ഇഷ്ടം. ചിലർ ധാരാളം പ്രശ്നങ്ങൾ ഉണ്ടെങ്കിലും അതൊന്നും പുറത്ത് കാണിക്കുകയില്ല. തമാശ പറഞ്ഞ് എല്ലാവരെയും ചിരിപ്പിക്കുന്നവരും ഇക്കൂട്ടത്തിൽ കാണും.

ഇങ്ങനെ ചുണ്ടിൽ പുഞ്ചിരിയും വായിൽ തേൻമൊഴിയുമായി സമീപിക്കുന്നവരെ ആളുകൾ കൂടുതൽ ഇഷ്ടപ്പെടുന്നു. ഇവർക്ക് എവിടെയും ധാരാളം ആരാധകരുണ്ടാകും. നമ്മുടെ വാക്കിൽ ദൃഢതയും, സൗമ്യതയും ഒത്തുചേരണം.

ആരെയും ക്ഷോഭിപ്പിക്കാത്തതും സത്യവും പ്രിയവുമായ സംസാരം വാങ്മയമായ ഒരു തപസ്സാണ്. ആരുടേയും മനസ്സിനെ വാക്കുകൊണ്ട് മുറിപ്പെടുത്തരുത്. വാക്കിന് വാളിനേക്കാൾ മൂർച്ച

യുണ്ട്; 'ആലോചിക്കാതെ പറഞ്ഞതാണ് ക്ഷമിക്കണം,' എന്ന് ഒരു പ്രാവശ്യം മാപ്പ് അപേക്ഷിക്കാം, പക്ഷെ അത് ഒരു ശീലമാക്കരുത്.

14. ആത്മപ്രശംസ നല്ലതാണോ?

ആത്മപ്രശംസ നല്ലതാണോ? അല്ലെന്നല്ലേ നമ്മുടെ ഏവരുടേയും അഭിപ്രായം. പക്ഷെ ചിലരെങ്കിലും പ്രസംഗവേദിയിൽ കയറുമ്പോൾ പറയാറില്ലേ; ഇപ്പോഴത്തെ എന്റെ ഈ ചെറിയ പ്രവർത്തനം അല്ലായിരുന്നു എങ്കിൽ ഞാനൊരു പാട്ടുകാരൻ ആകുമായിരുന്നു, അല്ലെങ്കിൽ ഒരു നർത്തകൻ അഥവാ നർത്തകി ആകുമായിരുന്നു, ചിലപ്പോൾ ഞാൻ ഒരു എഞ്ചിനീയറോ ഡോക്ടറോ ഒക്കെ ആകേണ്ടതായിരുന്നു; പക്ഷെ വിധി ഇങ്ങനെയാക്കി. അവസാനമായി ചിലപ്പോൾ പറഞ്ഞേക്കാം; ഒന്നുമല്ല ഒരു ഐ.എ.എസ് കാരനായി പോലും ശോഭിച്ചേനേ; എന്നൊക്കെ. ഈ പറയുന്ന ആളിന്റെ കഴിവ് ഒരു പക്ഷെ സദസ്സിലെ കുറച്ചു പേർക്കെങ്കിലും അറിയാവുന്നതായിരിക്കും; എന്നതാണ് അതിലെ തമാശ. കുറച്ചുപേർ പ്രസ്താവിക്കുന്നതിൽ സത്യമുണ്ടുതാനും. പക്ഷെ പൊങ്ങച്ചം സംഭാഷണങ്ങളിൽ അരോചകം തന്നെയാണ്. കഴിവ് പറഞ്ഞുനടക്കുന്നത് ഭൂഷണമല്ല. ഇത്തരുണത്തിൽ കുട്ടി ക്കാലത്തുപഠിച്ച ഒരു കഥയാണ് ഓർമ്മയിൽ വരുന്നത്.

വലിയ പാട്ടുകാരനാണ് എന്നാണ് കുയിലിന്റെ ഭാവം. അതുകൊണ്ട് അല്പം അഹ ങ്കാരവും ഉണ്ട്. കുയിലിരിക്കുന്ന മാവിൻകൊമ്പിലേയ്ക്ക് ഒരു അണ്ണാൻ ചാടിവന്നു. ഉടനെ കുയിൽ പറഞ്ഞു 'ഈ അണ്ണാൻമാരെ ആർക്കും ഇഷ്ടമല്ല, നല്ല പാട്ടുകാരായതുകൊണ്ട് ഞങ്ങളെയാണ് എല്ലാവർക്കും ഇഷ്ടം' ഈ പറച്ചിൽ കുഞ്ഞണ്ണാന് അത്ര സഹിച്ചില്ല. 'പഴുത്തു കിടക്കുന്ന മാമ്പഴം ഇഷ്ടമുള്ളപ്പോൾ ഒക്കെ കടിച്ചുതിന്നാം ഞങ്ങൾക്ക്. ' എന്ന് പറഞ്ഞ് അവൻ വീമ്പിളക്കി.

രണ്ടുപേരും തമ്മിൽ വഴക്കായി. അപ്പോൾ കുയിൽ പറഞ്ഞു, ദാ, മാവിന്റെ ചുവട്ടിൽ ഒരു കുട്ടി നിൽക്കുന്നു; നമുക്ക് അവനോട് ചോദിക്കാം. എല്ലാവരും ഇഷ്ടപ്പെടുന്നത് ആരെയാണെന്ന്.

കുയിൽ കുട്ടിയോടു ചോദിച്ചു. 'കുട്ടീ, നിനക്ക് നല്ല പാട്ടു പാടുന്ന കുയിലിനെയാണോ ഇഷ്ടം, അതോ ചില്ലയിലോടുന്ന അണ്ണാനെ

യാണോ ഇഷ്ടം?'

അപ്പോൾ കുട്ടി പറഞ്ഞു, കുയിലിന്റെ പാട്ട് നല്ലതുതന്നെ, പക്ഷെ അണ്ണാന്മാർ ചില്ലയിലോടുമ്പോൾ ഇടയ്ക്കിടെ ഓരോ മാമ്പഴം വീഴും, അത് തിന്നാൽ എന്റെ വിശപ്പു മാറും. അതുകൊണ്ട് എനിക്കിഷ്ടം അണ്ണാന്മാരെയാ! കുയിൽ അതുകേട്ട് നാണിച്ച് ഒന്നും മിണ്ടാതെ പറന്നുപോയി. ഇതുപോലെയാണ്, സ്വയം പ്രശംസിക്കുന്നവർ അവരുടെ വിഡ്ഢിത്തം മനസ്സിലാക്കാത്തത്.

15. വ്യക്തിത്വം മനുഷ്യരിൽ മാത്രം കാണുന്ന പ്രതിഭാസം

ഒരു ഫോട്ടോഗ്രാഫർക്കോ ഒരു ചിത്രകാരനോ നമ്മുടെ ചിത്രം അതേപോലെ പകർത്താൻ സാധിക്കും. പക്ഷെ നമ്മുടെ വ്യക്തിത്വത്തെപ്പറ്റിയോ സ്വഭാവത്തെപ്പറ്റിയോ ഒന്നും പകർത്താൻ സാധ്യമല്ലല്ലോ. മഹാത്മാക്കളായ പലരുടേയും ജീവചരിത്രം എഴുതുന്ന സാഹിത്യ കാരന്മാരുണ്ട്. പക്ഷെ അവരുടെ വ്യക്തിത്വത്തെപ്പറ്റി എഴുതുന്നത് പൂർണ്ണമായും ശരിയാകുന്നത് അവരുമായി അനുഭവങ്ങൾ പങ്കുവെച്ചതിനുശേഷം തയ്യാറാക്കുമ്പോഴാണ്. ഓരോ വ്യക്തിത്വത്തിന്റെയും പൂർണ്ണമായ ഒരു ചിത്രം നമ്മുടെ മനസ്സിൽ പതിയുന്നത് അവരുമായി ഇടപഴകുമ്പോൾ മാത്രമാണ്. മഹത്തായ വ്യക്തിത്വം മനുഷ്യരിൽ മാത്രം കാണുന്ന ഒരു പ്രതിഭാസമാണ്. ഇതെത്ര മാത്രമെന്ന് നമുക്ക് വിവരിക്കാനാവില്ല. പക്ഷെ അനുഭവവേദ്യമാകും. ഒരു നല്ല വ്യക്തിത്വത്തിന്റെ ഉടമയെ വേഗം തിരിച്ചറിയുക, വളരെ പ്രയാസമാണ്. ഉന്നത വ്യക്തിത്വത്തിന്റെ ഉടമകൾ മാനുഷികമായുള്ള കുറവുകളെ വേഗം മനസ്സിലാക്കി അവയ്ക്ക് പരിഹാരം കണ്ടെത്തുവാൻ ശ്രമിക്കും. മാത്രമല്ല ഇക്കൂട്ടർക്ക് ഒരു പ്രത്യേക മനഃക്കരുത്തും കാര്യങ്ങളെ പെട്ടെന്ന് ഗ്രഹിക്കാനുള്ള അഭിരുചിയും ഉണ്ടാകും. ഇവർ ഇവരുടെ ഉള്ളിലെ നന്മ മാത്രമല്ല, മറ്റുള്ളവരിൽ കാണുന്ന നന്മയെയും പുറത്തെടുക്കുന്നു. അങ്ങനെ ഒരു കാന്തമെന്നപോലെ ഇവർ ആകർഷിക്കപ്പെടുന്നു. ശുദ്ധമായി സത്യമായി പെരുമാറുന്ന ഒരാളെ എല്ലാവരും ഇഷ്ടപ്പെടുന്നു. നേരേ മറിച്ച് പരുക്കനായി, മുഷിവോടെ പെരുമാറുന്ന ഒരാൾ മറ്റൊരാളെ വ്രണപ്പെടു ത്തും. നാം ഉണ്ടാക്കുന്ന ധനം, സ്വത്ത്, കീർത്തി ഇവയൊന്നും അനശ്വരമല്ല. പക്ഷെ നല്ല മനസ്സുള്ള, നല്ല വ്യക്തിത്വമുള്ള ഗുണസമ്പന്നനായ ഒരു മനുഷ്യനെ എപ്പോഴും ഓർമ്മിക്കപ്പെടും. മരണത്തിനുപോലും ആ ജീവന്റെ കാന്തികശക്തിയെ നശിപ്പിക്കാൻ സാധ്യമല്ല. ഓർക്കുക, വ്യക്തിത്വം ദിവ്യമാണ്, ദൈവീകമാണ്, പവിത്രമാണ്, പരിശുദ്ധമാണ്.

16. പരാജയം വിജയത്തിലേക്കുള്ള ചവിട്ടുപടി

ആദ്യത്തെ വിജയത്തിൽ മതിമറന്ന് സന്തോഷിച്ച് എല്ലാമായി എന്നു കരുതുന്ന ധാരാളം പേരുണ്ട്. പക്ഷെ അത് പിന്നീടുള്ള വിജയത്തിന് തടസ്സമാകും. അതുകൊണ്ട് വിജയം കൈ വന്നാലും വലിയ ഇടവേളകൾ കൊടുക്കാതെ പ്രയത്നം തുടരുക തന്നെ വേണം. ഒരു പക്ഷേ പിന്നീട് നിങ്ങൾ തോറ്റു പോയാൽ ആദ്യവിജയം വെറും ഭാഗ്യം കൊണ്ടുമാത്രമായിരുന്നു എന്ന് വിധി എഴുതാൻ നാവുകൾ ഏറെയുണ്ടാകും നമ്മുടെയെല്ലാം പ്രിയങ്കരനായിരുന്ന രാഷ്ട്രപതി എ. പി. ജെ അബ്ദുൾകലാം ഈ സത്യം വിദ്യാർത്ഥികളേയും ജനങ്ങളേയും ഓർമ്മിപ്പിച്ചുകൊണ്ടിരുന്നു. മറ്റുള്ളവരുടെ വിജയഗാഥകൾ വായിക്കുന്നതിനേക്കാൾ, പരാജയത്തിന്റെ കഥകൾ വായിക്കാനാണ് അദ്ദേഹം കുട്ടികളെ പഠിപ്പിച്ചത്. 'തോൽവിയിൽ നിന്ന് പഠിക്കാനാവും കുറെയേറെ വിജയിക്കാനുള്ള സാധ്യതകൾ' ഇതായിരുന്നു അദ്ദേഹം പറഞ്ഞ കാരണം. തോൽക്കുമ്പോൾ മനസ്സു നോവും. വിജയത്തിലേക്കുള്ള വഴി എങ്ങനെയെന്ന് ആരായും. പിന്നീട് അതൊരു വെല്ലുവിളിയായി മനസ്സിനെ തട്ടിയുണർത്തും.

'മിസൈൽമാൻ' എന്നുവിളിക്കപ്പെടുന്ന ആ ശാസ്ത്രജ്ഞന്റെ വചനങ്ങൾ അർത്ഥവത്തും ചിന്തോദ്ദീപകവുമാണെന്നുള്ളതിന് ഒരു ഉദാഹരണം കൂടിയുണ്ട്. ഒരിക്കൽ ഒരാൾ ശരിയായ കാര്യങ്ങൾ ചെയ്യാനുള്ള എളുപ്പവഴി എന്താണെന്ന് കലാമിനോട് ചോദിച്ചു. അദ്ദേഹം കൊടുത്ത മറുപടി നമ്മെയൊക്കെ വിസ്മയിപ്പിക്കുന്നതായിരുന്നു. നിങ്ങളുടെ അമ്മയുടെ മുഖത്ത് പുഞ്ചിരി വിടർത്തുന്നത് എന്താണോ അത് ചെയ്യാൻ അദ്ദേഹം പറഞ്ഞു. മാതൃസ്നേഹത്തിന്റെ ബഹിർസ്ഫുരണവും ആ വാക്കുകളിൽ നിറഞ്ഞു തുളുമ്പിനിന്നു.

17. മാതാപിതാഗുരോദൈവം

'മാതാപിതാഗുരോദൈവം' - മാതാപിതാക്കൾ നമ്മുടെ കാണപ്പെട്ട ദൈവമാണ്. അവർ കഴിഞ്ഞാൽ നാം ഏറ്റവുമധികം സ്നേഹിക്കുന്നതും ആദരിക്കുന്നതും നമുക്ക് അക്ഷര വെളിച്ച വും അറിവും പകർന്നുതരുന്ന ഗുരുക്കന്മാരെയല്ലേ? അതെ, സംശയമൊന്നുമില്ല. ആചാര്യൻ ഒരു കാലത്ത് നമുക്ക് ദേവനായിരുന്നു. ഗുരുദക്ഷിണയായി ജീവൻ നല്കാൻ പോലും തയ്യാറായി നിന്ന ശിഷ്യന്മാരുടെ എത്രയെത്ര കഥകൾ നാം കേട്ടിട്ടുണ്ട്. പക്ഷെ ഇന്ന് ഗുരുക്ക ന്മാർ പഴയകാലത്തേതുപോലെ എല്ലാ വിദ്യാർത്ഥികൾക്കും പ്രിയപ്പെട്ടവർ ആണോ? ഗുരു ശിഷ്യബന്ധം ദുർബലമായിക്കൊണ്ടിരിക്കുന്നു. അണുകുടുംബങ്ങളിൽ വളരുന്ന കുട്ടികൾക്ക് മാതാപിതാക്കളുടെ ശ്രദ്ധ അവരുടെ എല്ലാ വിഷയത്തിലും എത്തിച്ചേരുന്നില്ല. മൂല്യ ങ്ങളെക്കുറിച്ച് പറഞ്ഞുകൊടുക്കുവാൻ അവർക്ക് സമയമില്ല. നല്ല ശീലങ്ങൾ മന്ത്രം പോലെ ഉരുവിട്ടു കൊടുക്കുവാൻ ഇന്നു മിക്ക വീടുകളിലും മുത്തശ്ശിമാരോ മുത്തശ്ശൻമാരോ ഇല്ല. ഈ പരിമിതി മനസ്സിലാക്കി കുട്ടികളെ നന്നായി, നല്ലവരായി പാക പ്പെടുത്തിയെടുക്കുവാൻ ഒരു പങ്ക് വഹിക്കേണ്ടത് അധ്യാപകരാണ്. കുട്ടികൾക്ക് സാമൂഹ്യബോധം പകർന്നു കൊടുക്കുന്നവരായിരിക്കണം അധ്യാപകർ. ഓരോരോ പ്രായത്തിൽ എന്തുത്തരവാദിത്വമാണ് നമ്മുടെ മക്കൾക്ക് ഉണ്ടാകേണ്ടത് എന്ന് മാതാപിതാക്കളും പഠിപ്പിച്ചു കൊടുക്കണം. പോരാത്തത് സ്കൂളുകളിൽ അധ്യാപകർക്കും ചെയ്യാം. പക്ഷെ അധ്യാപകർ കുട്ടികളുടെ തെറ്റ് കണ്ടുപിടിച്ച് ശാസിച്ചാൽ അതിനു മറുവശം കാണുന്ന രക്ഷാകർത്താക്കളേയും ചുരുക്കമായി നാം കാണുന്നു. അച്ചടക്കം നിലനിർത്താനും ശാസിക്കാനും അധ്യാപകർക്ക് അധികാരമുണ്ട്. സ്നേഹമുള്ളതുകൊണ്ടാണ് അവർ ശാസിക്കുന്നത്. വിനയക്കുറവാണ് ശാസനയുടെ നേരെ വിരോധം തോന്നുന്നത്. ഗുരുനാഥന്മാരുടെ സ്നേഹമാണ് വിദ്യാർത്ഥി കളുടെ പഠനത്തെ പ്രോത്സാഹിപ്പിക്കുന്നതും വ്യക്തിത്വത്തെ ശുദ്ധീകരിക്കുന്നതും. മഹാനായ അലക്സാണ്ടർ ചക്രവർത്തി

പറയുകയുണ്ടായി, 'എനിക്ക് ജീവൻ തന്നത് എന്റെ മാതാപിതാക്കളാണ്; പക്ഷെ ജീവിതം തന്നത് എന്റെ ഗുരുനാഥന്മാരാണ്.' നല്ല ഗുരുശിഷ്യബന്ധം നമ്മുടെ എല്ലാ വിദ്യാലയങ്ങളിലും വളരട്ടെ! വിളങ്ങട്ടെ! എന്നാശിക്കുന്നു.

18. സത്യമാണ് ദൈവം

സത്യം പറയുന്നത് നല്ല ശീലമാണ്. അത് മനസ്സിനു സുഖം തരുന്നു. സത്യത്തിൽ ഉറച്ചു നിൽക്കുന്ന ഒരു മനസ്സിനു നന്മ മാത്രമേ ഉണ്ടാവുകയുള്ളൂ. സർവോത്തമമായ ലോക തത്വവും സത്യം തന്നെയാണ്. സനാതന ധർമ്മങ്ങളുടെ ലക്ഷണങ്ങളിൽ പ്ര ധാനമായി പറയുന്നത്, 'സത്യം പറയുക, ധർമ്മം അനുഷ്ഠിക്കുക' എന്നതാണ് -'സത്യം വദാ ധർമ്മം ചരാ'- അസത്യ കഥകൾക്ക് താൽക്കാലികമായി എവിടെയെങ്കിലും ശ്രേയസ്സുണ്ടായേക്കാം, പക്ഷെ അവസാനം സത്യവചനങ്ങൾ മാത്രമേ നിലനിൽക്കുകയു ള്ളൂ. സത്യം ചിലർക്ക് അപ്രിയമായി തോന്നാം.

മഹാഭാരതകഥയിലെ ജ്വലിച്ചുനിൽക്കുന്ന ഒരു കഥാപാത്രമാണ് ഗാന്ധാരി. ധൃതരാഷ്ട്ര മഹാരാജാവിന്റെ വധുവായി ഗാന്ധാരദേശ ത്തുനിന്നു ഹസ്തിനപുരത്തിൽ എത്തി യതാണ് അവർ. തന്റെ ഭർത്താവിന്റെ കണ്ണിന് കാഴ്ച ഇല്ലെന്ന് അറിഞ്ഞപ്പോൾ തന്നെ തനിക്കും കാഴ്ച വേണ്ട എന്ന് ദൃഢപ്രതിജ്ഞ എടുത്ത് തൂവാല കൊണ്ട് തന്റെ രണ്ടു കണ്ണുകളും മൂടിക്കെട്ടി. ഗാന്ധാരിയുടെ ഈ ത്യാഗമനോഭാവം കണ്ട് അന്ത: പുരസ്ത്രീകൾ ഞെട്ടിപ്പോയി. ഈ രീതി തന്റെ ജീവിതാവസാനം വരെ അവർ തുടർന്നു. തന്റെ പുത്രന്മാരായ കൗരവരെപ്പോലെ തന്നെ ഭർത്തൃസഹോദരനായ പാണ്ഡുവിന്റെ പുത്രന്മാരേയും അവർ സ്നേഹിച്ചിരുന്നു, എപ്പോഴും എക്കാലവും സത്യത്തിനും നീതിക്കും വേണ്ടിയാണ് ഗാന്ധാരി നില കൊണ്ടിട്ടുള്ളത്.

മഹാഭാരത യുദ്ധാരംഭത്തിൽ യുദ്ധത്തിനു പുറപ്പെടുന്നതിനു മുൻപായി ഗാന്ധാരി യുടെ മൂത്തപുത്രനായ ദുര്യോധനൻ അനു ഗ്രഹാശിസ്സുകൾ ഏറ്റുവാങ്ങാനായി അമ്മയുടെ അരികിൽ വന്നു നിന്നു. അപ്പോൾ ഗാന്ധാരി മകന്റെ തലയിൽ തൊട്ട് അനുഗ്രഹിച്ചു പറഞ്ഞത് 'എന്റെ മകൻ ജയിച്ചുവരട്ടെ' എന്നല്ല, 'സത്യവും ധർമ്മവും ജയിക്കട്ടെ' എന്നാണ്, കുലസ്ത്രീയായ ആ അമ്മ പറഞ്ഞത്. 'യഥോ ധർമ്മ സ്തതോ ജയ'. ഗാന്ധാരി അനുഗ്രഹിച്ചതുപോലെ സത്യം

ജയിച്ചു. സത്യത്തിനുവേണ്ടി പോരാടിയ പാണ്ഡവർ വിജയശ്രീലാളിതരായി. അധികാര ത്തിന്റെയും അഹങ്കാരത്തിന്റെയും മത്തുപിടിച്ച കൗരവർ തറപറ്റി. ഇതിൽ നിന്നെല്ലാം നാമും വളർന്നുവരുന്ന കൊച്ചുകുട്ടികളും പഠിക്കേണ്ട പാഠം സത്യമേ ജയിക്കൂ എന്നതാണ്. 'സത്യമേവ ജയതേ'.

19. ഒന്നാമനും രണ്ടാമനും സംസാരിക്കുന്നു, രണ്ടാമനെ നിശ്ശബ്ദനാക്കരുത്

രണ്ടുപേർ തമ്മിൽ സംസാരിക്കുമ്പോൾ ഒരാൾ മാത്രം ഇടതടവില്ലാതെ സംസാരി ക്കുകയും മറ്റേയാളിന് സംസാരിക്കാൻ അവസരം കൊടുക്കാതിരിക്കുകയും ചെയ്യുന്നത് ശുദ്ധ ഭോഷത്തരമാണ്.

ദീർഘനാൾ കൂടി നാം നമ്മുടെ ഒരു പഴയ സുഹൃത്തിനെ യാത്രയ്ക്കിടയിൽ കണ്ടു മുട്ടുന്നു. സ്കൂൾതലം മുതൽ കോളേജ് ക്ളാസുകൾ വരെ ഒന്നിച്ചു പഠിച്ചിരുന്നതായ, എല്ലാ സന്തോഷങ്ങളും പ്രയാസങ്ങളും മനസ്സുതുറന്നു പങ്കുവെച്ചിരുന്നതായ സുഹൃത്ത്. കണ്ട മാത്രയിൽ രണ്ടുപേരും സന്തോഷപുളകിതരായി. ഇതിൽ ഒരാൾ ജീവിതപന്ഥാവിൽ വഴി തിരിഞ്ഞു വളരെ അകലെ ഒരിടത്ത് ജോലി ചെയ്ത് കുടുംബം പോറ്റുന്നു. മറ്റേ ആൾ സ്വന്തം നാട്ടിൽതന്നെ. പരസ്പരം കണ്ടുമുട്ടിയ ആഹ്ളാദത്തിൽ നാട്ടുകാരൻ വാചാലനായി. പഠനമൊക്കെ കഴിഞ്ഞ് അയാൾ വെട്ടിപ്പിടിച്ച നേട്ടങ്ങളെപ്പറ്റിയും കുടുംബത്തെപ്പറ്റിയുമൊക്കെ വായ് തോരാതെ പറഞ്ഞുകൊണ്ടിരുന്നു. അദ്ദേഹം കുടുംബസമേതം ട്രയിനിൽ യാത്രയ്ക്ക് ഒരുങ്ങിയത് പ്രകൃതിരമണീയതയൊക്കെ കുട്ടികൾക്ക് കാട്ടികൊടുക്കുവാൻ വേണ്ടിയാണ്. തന്റെ കുട്ടികളുടെ പൊതുവിജ്ഞാനത്തെപ്പറ്റിയും കലാവാസനയെപ്പറ്റിയുമൊക്കെ വിഷയ മാക്കി അധികസമയവും ഈ സുഹൃത്ത് തന്നെ സംസാരിച്ചുകൊണ്ടേയിരുന്നു. ആരെയാണോ വർഷങ്ങൾക്കുശേഷം കണ്ടുമുട്ടിയത്, ആ സുഹൃത്തിന്റെ വിവരങ്ങൾ, വിശേഷങ്ങൾ അറിയു വാൻ നാട്ടുകാരനായ ഈ സഹപാഠി ഒരു താത്പര്യവും കാണിച്ചില്ല. പലപ്രാവശ്യം ആ മറ്റേ യാൾ തനിക്കുണ്ടായ ഭാര്യവിയോഗത്തെപ്പറ്റിയും കുട്ടികളെ താൻ തന്നെ വളർത്തിക്കൊണ്ടു വരുന്ന കഷ്ടപ്പാടിനെപ്പറ്റിയുമൊക്കെ പറയുവാൻ ചുണ്ടനക്കി. പക്ഷെ ഫലമുണ്ടായില്ല. ഇവിടെ നാം എന്താണു കാണുന്നത്? ദുഃഖത്തിൽ കഴിയുന്ന ആ സുഹൃത്തിന്

നാട്ടുകാരനായ ഈ വയസ്യനെ കണ്ടുമുട്ടിയതിൽ വല്ല സന്തോഷവും ഉണ്ടായോ? ഇതിൽ ഒരാളുടെ പെരുമാറ്റവും സ്വാർത്ഥതയും എത്ര നിന്ദ്യമാണ്! നമ്മൾ രണ്ടുപേർ തമ്മിൽ സംസാരിക്കുമ്പോൾ ഒരു കാര്യം നാം എപ്പോഴും ഓർക്കേണ്ടത് അഭിമുഖമായി നിന്നു സംസാരിക്കുന്ന ആളിന് പ്രാതിനിധ്യം കൊടുക്കുകയും അദ്ദേഹം പറയുന്നത് ശ്രദ്ധിച്ചുകേൾക്കുകയും വേണം എന്നുള്ളതാണ്. എങ്കിൽ മാത്രമേ ആ മനസ്സിനും ഒരു ഉണർവും ശാന്തിയും ഉണ്ടാവു കയുള്ളു. പ്രയാസങ്ങൾ സുഹൃത്തുക്കളോട് തുറന്നു പറയുമ്പോൾ പാതി ദുഃഖശമനമാണ് നമുക്കുണ്ടാവുക.

20. സജ്ജന സംഗമം

ചില ദുർജ്ജനങ്ങളെ എത്ര ശ്രമിച്ചാലും സജ്ജനങ്ങളാക്കാൻ സാധ്യമല്ല എന്നാണ് ചൊല്ല്. പക്ഷെ അദ്ധ്യാത്മരാമായണത്തിലെ വാല്മീകിയുടെ കഥ നമ്മെ പഠിപ്പിക്കുന്ന പാഠം എന്താണ്? സംസർഗ്ഗം കൊണ്ട് സാധിക്കും എന്നല്ലേ?

ചുണ്ടിൽ തേൻമൊഴിയും ഹൃദയത്തിൽ വിഷവുമായിരിക്കുന്ന അപൂർവ്വം ചിലരെ നാം ജീവിതത്തിൽ കണ്ടുമുട്ടാറുണ്ട്. സഹൃദയരായ ചുരുക്കം ചിലർ എങ്കിലും ഇവരുടെ തട്ടിപ്പിന് ഇരയാകുന്നുണ്ട്. എല്ലാവരേയും നന്നാക്കുവാൻ നമുക്ക് സാധ്യമല്ല. പക്ഷെ നമുക്ക് ശ്രമിക്കാം. ഇതിനുദാഹരണമാണ് രത്നാകരൻ എന്ന കാട്ടാളൻ വാല്മീകി മഹർഷിയായിത്തീർന്ന കഥ. അദ്ധ്യാത്മരാമായണത്തിലെ 'അയോദ്ധ്യാകാണ്ഡ'ത്തിലാണ് നാം ഇത് വായിക്കുന്നത് വഴി പോക്കരുടെ സാധന സാമഗ്രികൾ പിടിച്ചു പറിച്ചും പല ജന്തുക്കളെ കൊന്നുതിന്നും വൃത്തി കഴിച്ചിരുന്ന രത്നാകരൻ എന്ന കാട്ടാളൻ ഒരു ദിവസം സപ്തർഷികൾ വഴി നടന്നപ്പോൾ അവരേയും ആക്രമിക്കാൻ ശ്രമിച്ചു. അപ്പോൾ അവർ കാട്ടാളനോടു ചോദിച്ചു. 'നീ വിചാരിക്കുന്നുണ്ടോ കുടുംബത്തെ ചൊല്ലി നീ ചെയ്യുന്ന ഈ പാപകർമ്മങ്ങളുടെ ഫലം നിന്റെ കുടുംബവും കൂടി പങ്കിടുമെന്ന്? നീ പോയി കുടുംബത്തോടു ചോദിച്ചു മടങ്ങുന്നതുവരെ ഞങ്ങൾ ഇവിടെത്തന്നെ നിലകൊള്ളാം' എന്ന് സപ്തമുനികളും സമ്മതിച്ചു. പക്ഷെ തീറ്റി പ്പോറ്റുന്ന കുടുംബത്തിൽ നിന്നും കാട്ടാളന് കിട്ടിയ മറുപടി എന്തായിരുന്നു. ? 'താന്താൻ നിരന്തരം ചെയ്യുന്ന കർമ്മങ്ങൾ താന്താനനുഭവിച്ചീടുകെന്നേ വരൂ'. - നിങ്ങൾ ചെയ്യുന്ന എല്ലാ കർമ്മങ്ങളുടെയും ഫലം നിങ്ങൾ തന്നെയാണ് അനുഭവിക്കേണ്ടത്, അത് പങ്കിടാൻ ഞങ്ങൾ ആളല്ല'എന്നായിരുന്നു ഉത്തരം. താൻ ചെയ്യുന്ന ദുഷ്കർമ്മങ്ങളുടെ ഫലം പങ്കുവെയ്ക്കുവാൻ താൻ സ്നേഹിക്കുന്ന ഭാര്യയോ മക്കളോ ആരും തന്നെ കാണുകയില്ല; എന്ന പരമമായ സത്യം കാട്ടാളന് ബോധ്യമായി. അവൻ തിരിച്ചുവന്ന് മുനിമാരുടെ കാൽക്കൽ വീണു നമസ്ക്കരിച്ചു. പാദങ്ങളിൽ വീണ അവനെ

എഴുന്നേൽപ്പിച്ച് 'നിനക്ക് മംഗളം ഭവിക്കട്ടെ' എന്ന് അവർ അനുഗ്രഹിച്ചു. ഈ കാട്ടാളനാണ് അഖണ്ഡമായ നാമജപത്താൽ പിന്നീട് ശ്രേഷ്ഠനായ വാല്മീകി മഹർഷിയായിത്തീർന്നത്. സജ്ജന സംഗമത്താൽ സാധ്യമായ ഈ മനഃശുദ്ധി നമ്മുടെയെല്ലാം ജീവിതത്തിലേക്ക് വെളിച്ചം പകരുന്നു. ദുർജനങ്ങളെ പാടെ ഉപേക്ഷിക്കാതെ സംസർഗ്ഗത്തിലൂടെ അവരെ നന്നാക്കിയെടുക്കാൻ ശ്രമിക്കാം.

21. പ്രകൃതി നമ്മുടെ പോറ്റമ്മ

നമുക്ക് നമ്മുടെ ജീവിതത്തിൽ ഏറ്റവും കൂടുതൽ സ്നേഹം ആരോടാണ് ഉള്ളത്? 'പെറ്റമ്മയോട്' സംശയമില്ലല്ലോ. പക്ഷെ ജീവൻ നിലനിർത്തണമെങ്കിൽ പോറ്റമ്മയായ ഈ പ്രകൃതിയുടെ സഹായം കൂടി വേണ്ടേ? തീർച്ചയായും വേണം. അത്യന്താപേക്ഷിതമാണ് നമുക്ക് പ്രകൃതിയിലെ വിഭവങ്ങൾ. നമ്മുടെ മാത്രമല്ല എല്ലാ ജീവജാലങ്ങളുടേയും നിലനിൽപ്പ് ഈ പ്രകൃതിയെ ആശ്രയിച്ചാണിരിക്കുന്നത്. നമുക്ക് വേണ്ടതെല്ലാം പ്രകൃതിയിൽ നിന്നുതന്നെ ലഭിക്കുന്നു. ജലം, ആഹാരം, വസ്ത്രം, പാർപ്പിടം അങ്ങനെ എല്ലാമെല്ലാം. പക്ഷെ നാം തിരിച്ച് അതുപോലെ പ്രകൃതിയാകുന്ന അമ്മയെ സ്നേഹിക്കുന്നുണ്ടോ? ഇല്ല എന്നു തന്നെ പറയേണ്ടി വരുന്നു, ദു:ഖത്തോടെ. ഏതെല്ലാം വിധത്തിലാണ് നാം പ്രകൃതിയോട് ക്രൂരത കാട്ടുന്നത്? മരങ്ങൾ വെട്ടിയും, കുളങ്ങൾ, തോടുകൾ, കിണറുകൾ ഇവ മൂടിയും പ്ളാസ്റ്റിക്കും മറ്റ് മാലിന്യ ങ്ങളും നിറച്ചും പ്രകൃതിയുടെ ശോഭ കെടുത്തുന്നു. പ്രകൃതിയോടിണങ്ങി പരിതഃസ്ഥിതി സംരക്ഷിച്ചുവേണം തിരിച്ചറിവുള്ള മനുഷ്യരായ നാം ജീവിക്കേണ്ടത്. ആദ്യമായി ലോകത്ത് വൃക്ഷങ്ങൾക്ക് രാജകീയ സംരക്ഷണം നൽകിയത് അശോക ചക്രവർത്തിയാണ്. പച്ചപ്പട്ടു വിരിച്ചതുപോലെ പല വർണ്ണങ്ങളിലുള്ള പൂക്കളുമായി ഒരു സൗന്ദര്യ ദേവതയെപ്പോലെ നമ്മുടെ മുന്നിൽ നിൽക്കുന്ന ഈ പ്രകൃതിയെ നാം നമ്മുടെ വളർത്തമ്മയായി കരുതണം. കടലിലെ തിരമാലകളിൽ ഏതിനാണ് കൂടുതൽ ഭംഗിയെന്നോ ആകാശമേഘങ്ങളിൽ ഏതാണ് കൂടുതൽ ചേതോഹരമെന്നോ, മഴ വില്ലിനുള്ള ഏഴുനിറങ്ങളിൽ ഏതാണ് കൂടുതൽ പ്രകാശ മാനമെന്നോ, പറയാനാകാത്തതുപോലെ പ്രകൃതിയുടെ ഏതു ഭാഗത്താണ് കൂടുതൽ സൗന്ദര്യം തുളുമ്പുന്നത് എന്ന് തിട്ടപ്പെടുത്തുവാൻ നമുക്ക് സാധ്യമല്ല. മനുഷ്യൻ പ്രകൃതിയെ കീഴടക്കാൻ ശ്രമിക്കുമ്പോഴാണ് പ്രകൃതി തിരിച്ചടിക്കുന്നത്. അതുകൊണ്ട് നാം അധിവസിക്കുന്ന ഈ ഭൂമിക്ക് എല്ലാവിധത്തിലുമുള്ള സംരക്ഷണം നൽകി പ്രകൃതിയെ സ്നേഹിക്കാം, അതിന്റെ ഭംഗി ആസ്വദിക്കാം,

അതിന്റെ വിഭവങ്ങൾ രുചിക്കാം- അങ്ങനെ പ്രകൃതി ദുരന്തങ്ങളെ ഒരു പരിധിവരെ തടയുകയും ചെയ്യാം.

22. സഹജീവിക്ക് തണലാവണം

ആദ്യം നാം ജനിച്ചുവീഴുന്നു പ്രകൃതി സുന്ദരമായ ഈ ഭൂമിയുടെ മടിത്തട്ടിലേക്ക്. നമ്മളിൽ നിന്നും കുടുംബം ഉണ്ടാകുന്നു. കുടുംബങ്ങൾ കൂടുമ്പോൾ നല്ല സമൂഹമുണ്ടാകുന്നു. കുടുംബത്തോടും സമൂഹത്തോടും കടപ്പെട്ടാണ് നമ്മുടെ ജീവിതം മുന്നോട്ടു പോകുന്നത്. നമ്മുടെ ജീവിതം നമ്മുടെ മാത്രം ജീവിതമല്ല എന്ന തിരിച്ചറിവാണ് ആദ്യം ഉണ്ടാവേണ്ടത്. ആ തിരിച്ചറിവിൽ നിന്നാണ് നന്മ ഉടലെടുക്കുന്നത്. സഹജീവിയ്ക്ക് തണലാവാനുള്ള മനോഭാവം ചെറുപ്രായത്തിൽ തന്നെ കുട്ടികളിൽ വളർത്തിയെടുക്കണം. കാരണം അവരുടെ കൈ കളിലാണ് രാഷ്ട്രത്തിന്റെ ഭാവി നിലകൊള്ളുന്നത്.

പുതിയ കാലത്തിന്റെ സാങ്കേതിക വിദ്യകൾ സമൂഹത്തിൽ വളരെ വേഗത്തിലുള്ള മാറ്റങ്ങളാണ് കൈവരുത്തുന്നത്. ഇത്തരം സാങ്കേതിക മുന്നേറ്റത്തിന്റെ ഗുണദോഷഫലങ്ങൾ നമുക്ക് ചുറ്റും പ്രകടമാണ്. ഈ മുന്നേറ്റത്തിനൊപ്പം മറ്റു ചിലത് അതായത് മാനുഷിക മൂല്യ ങ്ങൾ നഷ്ടപ്പെടാതെ കാത്തു സൂക്ഷിക്കേണ്ട ചുമതല നമുക്കുണ്ട്. ശാസ്ത്രസാങ്കേതികവിദ്യയുടെ നൂതനാശയങ്ങൾക്കൊപ്പം തന്നെ നന്മയും കാരുണ്യവും സഹജീവി സ്നേഹവുമൊക്കെ മനുഷ്യമനസ്സിൽ രൂപപ്പെടണം. ഇക്കഴിഞ്ഞ മഹാപ്രളയത്തിൽ സർവതും നഷ്ടപ്പെട്ട് കണ്ണീരൊഴുക്കിയവർക്ക് വീട് വച്ചു നൽകിയും രോഗികളെ സഹായിച്ചും കൈത്താങ്ങായി നിന്ന ധാരാളം സുമനസ്സുകളെ നമുക്ക് അറിയാൻ കഴിഞ്ഞു. പണത്തിന്റെ മൂല്യത്തേക്കാൾ വളരെ വലുതാണ് വിലപ്പെട്ട ജീവൻ രക്ഷിക്കാൻ ഒരുമ്പെട്ടിറങ്ങിയ ഒരു മനസ്സിന്റെ നന്മ. ഈ നന്മയുടെ സന്ദേശം എല്ലാ മനുഷ്യരിലേക്കും എത്തിച്ച് സമൂഹത്തെ പുരോഗതിയിലേക്ക് നയിക്കാനുള്ളതാവട്ടെ നമ്മുടെ ഓരോരുത്തരുടെയും ആത്മാർത്ഥമായ പരിശ്രമം.

23. നമ്മുടെ വീട് നമുക്ക് സ്വർഗ്ഗം

ജീവിച്ചിരിക്കുമ്പോഴത്തെ നിങ്ങളുടെ സ്വർഗ്ഗം എവിടെയാണ്? എന്ന് ആരെങ്കിലും ചോദിച്ചാൽ നിങ്ങൾ എന്ത് ഉത്തരമാണ് കൊടുക്കുക? തിരിച്ചറിവിലേക്ക് വരുന്ന ഏതൊരു കുട്ടിക്കും ഏതു പ്രായക്കാർക്കും ഒറ്റ ഉത്തരമേ കാണുകയുള്ളു. 'നാം അധിവസിക്കുന്ന നമ്മുടെ വീട്' അതാണ് സ്വർഗ്ഗം. നാം എവിടെ പോയാലും എന്തൊക്കെ ജോലികളിൽ ഏർപ്പെട്ടാലും വൈകുന്നേരമാകുമ്പോഴേക്കുള്ള ചിന്ത നമ്മുടെ വാസസ്ഥലത്ത് എത്തണമെന്നു ള്ളതാണ്. വീടിന്റെ അന്തരീക്ഷത്തിൽ എത്തുമ്പോൾ നമ്മുടെ മനസ്സ് ശാന്തമാകുന്നു. വീട് അടുക്കുന്തോറും നമുക്ക് ഒരു പ്രത്യേക ഉണർവും ഉത്സാഹവും കൈവരുന്നു. എന്താണ് കാരണം? നമ്മെ സ്നേഹിക്കാൻ അച്ഛനമ്മമാർ, മിത്രങ്ങൾ ഇവരൊക്കെ വീട്ടിൽ കാത്തിരിക്കുന്നു എന്നുള്ളതാണ്. വീട് ഒരു സ്വർഗ്ഗമാകുന്നത് കുടുംബാംഗങ്ങൾ എല്ലാവരും കൂടി ഒത്തൊരുമിച്ച് പ്രവർത്തിക്കുമ്പോഴാണ്. നമ്മുടെ നല്ല ശീലങ്ങളാണ് വീട്ടിൽ ഐശ്വര്യം കൊണ്ടുവരുന്നത്. വീടുകളിൽ വ്യക്തികൾ അഡ്ജസ്റ്റ് ചെയ്യുന്നതിനുപകരം പരസ്പരം സ്നേഹവും സഹനശക്തിയും ഉള്ളവരാകണം. ഓരോ വ്യക്തിയും അവരവരുടെ വീടിന്റെ വിളക്കാണ്.

മക്കൾ മാതാപിതാക്കളോട് ദേഷ്യപ്പെട്ട് മോശമായ രീതിയിൽ പെരുമാറാൻ പാടില്ല. കോപം വീടുകളിൽ കലഹത്തിനു കാരണമാകുന്നു. അച്ഛനമ്മമാർ കുട്ടികളെ വഴക്കു പറഞ്ഞെന്നിരിക്കും. പക്ഷെ അത് മനസ്സിൽ കൊണ്ടുനടന്ന് വിഭ്രാന്തി ഉണ്ടാക്കരുത്. അവരുടെ പിണക്കം ഞൊടിയിടകൊണ്ടുമാറുന്നതാണ്. സ്നേഹപൂർണ്ണമായ പെരുമാറ്റവും വാക്കുകളും പ്രവൃത്തികളും കൊണ്ട് അവരെ സന്തോഷിപ്പിക്കണം. രക്ഷാകർത്താക്കളുടെ ഏറ്റവും വലിയ ഭാഗ്യം വിവേകബുദ്ധിയും, വിനയവുമുള്ള സന്താനങ്ങൾ ജനിക്കുക എന്നതു തന്നെയാണ്. ദിവസവും ഒരു നേരമെങ്കിലും ഒന്നിച്ചിരുന്ന് പ്രാർത്ഥിക്കുകയും ഭക്ഷണം കഴിക്കുകയും വിശേഷങ്ങൾ പങ്കിടുകയും വേണം അങ്ങനെ കൂടുമ്പോൾ നല്ല ഇമ്പമുള്ള

താകട്ടെ നമ്മുടെ എല്ലാ ഭവനങ്ങളും. മുത്തശ്ശിമാർ പറയാറുള്ളതു പോലെ മഹാലക്ഷ്മി ഓടിപ്പോകാതെ ഐശ്വര്യത്തിന്റെ ഇരിപ്പിടം ആയി ഓരോ വീടും പ്രകാശിക്കട്ടെ! പ്രവർത്തിക്കട്ടെ!

24. ഹനുമാന്റെ നാരദപരീക്ഷ

ശ്രവണമധുരമായ നാദമാണ് സംഗീതം. സദ്ഗീതം എന്നാൽ നല്ല പാട്ട്, അതാണ് സംഗീതം. സംഗീതം ഇഷ്ടപ്പെടാത്തവരായി ആരും തന്നെ കാണുകയില്ല. സംഗീതജ്ഞർക്ക് എവിടേയും ആദരണീയ സ്ഥാനമാണ് ഉള്ളത്. പൊതുവേ അവർ വിനയാന്വിതരുമാണ്. പക്ഷെ പുരാണങ്ങളിൽ കാണുന്ന വീണാധാരിയായ നാരദ മഹർഷി അല്പം ഗർവ്വുള്ള പാട്ടുകാര നായിട്ടാണ് നാം കേട്ടിട്ടുള്ളത്. സംഗീത ത്തിൽ 'തന്നെ' കഴിഞ്ഞു ആരുമില്ല എന്നാണ് നാരദന്റെ ഭാവം.

അദ്ധ്യാത്മരാമായണം കിളിപ്പാട്ടിലെ ഹനുമാൻ എന്ന കഥാ പാത്രം നമ്മുടെ മനസ്സിൽ നിന്നും ഒരിക്കലും മായാത്ത ഒന്നാണല്ലോ. വാക്കിലും നോക്കിലും ഭാവത്തിലും ഒരപശകുനവും ഇല്ലെന്ന് തുഞ്ച ത്തെഴുത്തച്ഛൻ വർണ്ണിക്കുന്നു. ഹനുമാനും നല്ലൊരു സംഗീതജ്ഞ നാണ്, പാട്ടിൽ നിപുണൻ. നാരദമുനിയുടെ 'താൻ വലിയവൻ' എന്ന ഭാവം മാറ്റാൻ വേണ്ടി ഹനുമാൻ സംഗീത ചികിത്സ നടത്തിയ ഒരു കഥയുണ്ട്.

ഒരിക്കൽ നാരദമുനിയും ഹനുമാനും തമ്മിൽ കണ്ടുമുട്ടുവാൻ ഇടയായി. സഞ്ചാരിയായ നാരദൻ യാത്രക്കിടയിൽ സംഗീതം കേട്ട് ആ സ്ഥലത്ത് ഇറങ്ങിയതായിരുന്നു. നോക്കി നോക്കി വന്നപ്പോൾ നാരദൻ കണ്ടത് ഹനുമാൻ ഒരു പാറപ്പുറത്ത് ഇരുന്ന് സരസമായി പാടുന്നു. പാട്ടു കേട്ടു ആസ്വദിച്ച നാരദൻ അറിയാതെ തന്റെ വീണ പാറപ്പുറത്ത് വെച്ചു. ഹനുമാന്റെ സംഗീതത്തിൽ പാറ പോലും അലി ഞ്ഞുപോയി. നാരദരുടെ വീണ ആ ഉരുകിയ പാറയിൽ താഴ്ന്നു പോയി. ഹനുമാൻ പാട്ടു നിർത്തിയപ്പോൾ പാറ പൂർവ്വസ്ഥിതിയി ലായി. പക്ഷെ നാരദരുടെ വീണ ആ പാറയിൽ ഉറച്ചിരുന്നുപോയി. എത്ര ശ്രമിച്ചിട്ടും വീണ വീണ്ടെടുക്കുവാൻ അദ്ദേഹത്തിനു കഴിഞ്ഞി ല്ല. പാട്ടുപാടി പാറ ഉരുകി വീണ എടുക്കുവാൻ ഹനുമാൻ നാരദ മുനിയോട് നിർദ്ദേശിച്ചു. പക്ഷെ ഗാനങ്ങൾ പലതും ആലപിച്ചിട്ടും നാരദന് പാറ അലിയിക്കുവാൻ കഴിഞ്ഞില്ല. അപ്പോൾ ഹനുമാൻ തന്നെ വീണ്ടും പാട്ടുപാടി പാറ അലിഞ്ഞു. വീണയെ വീണ്ടെടുത്ത്

ഹനുമാൻ നാരദന് നൽകി. നാരദമുനിക്ക് വല്ലാത്ത ലജ്ജ തോന്നി. മാത്രമല്ല സംഗീതത്തിൽ താൻ കഴിഞ്ഞേ ആരുമുള്ളൂ എന്ന അഹങ്കാരവും ശമിച്ചു. വിനയാന്വിതനായി. ഹനുമാനെ നോക്കി ഭക്തിപുരസ്സരം തൊഴുത് നാരദൻ യാത്രയായി.

25. അനുകരിക്കുമ്പോൾ അല്പം ചിന്തിക്കുക

'മുമ്പേ ഗമിച്ചീടിന ഗോവു തന്റെ പിമ്പേ ഗമിക്കും ബഹു ഗോക്കളെല്ലാം' ഈ ചൊല്ല് ഓർത്തുപോവുകയാണ്. എവിടേയും അനുകരണം. ഭക്ഷണരീതി, വസ്ത്രധാരണരീതി എന്നു വേണ്ട ജീവിതരീതി വരെ പാടേ മാറിയിരിക്കുന്നു. മറ്റുള്ളവരെ അനുകരിക്കാനുള്ള വ്യഗ്രത ദിനം പ്രതി ഏറിവരികയാണ്. ഓരോരുത്തരും താൻ സ്വീകരിക്കുന്ന മാറ്റം എത്രത്തോളം ആവശ്യമുള്ളതാണെന്നോ, തനിക്കത് എത്രമാത്രം യോജ്യമാകുമെന്നോ ഒന്നും ചിന്തിക്കുന്നില്ല. അന്ധമായ മാറ്റത്തിന് വിധേയമാകുമ്പോൾ പുതിയ എന്തോ നേടിയതുപോലെയുള്ള സംതൃപ്തിയാണ് പലർക്കും. നിസ്സാര കാര്യങ്ങൾക്കുപോലും അയൽക്കാരുമായി താരതമ്യം ചെയ്യുക, അവർക്ക് അതുണ്ടെങ്കിൽ എന്തുകൊണ്ട് എനിക്കും ആയിക്കൂടാ എന്ന ചിന്ത. ഈ ചിന്ത ആ വ്യക്തിയുടെ ജീവിത വിജയത്തിനുതന്നെ തടസ്സമാവുകയാണ് ചെയ്യുന്നത്. തനിക്കു ഉതകുന്ന തെന്ത്? പ്രാപ്തമാകുന്ന തെന്ത്? സൗകര്യപ്പെടുന്നതെന്ത്? ഇതൊന്നും ചിന്തിക്കുന്നില്ല. എല്ലാറ്റിനും കണ്ണടച്ചുള്ള അനുകരണം; ഇത് ജീവിതശൈലിയിൽ മാത്രമല്ല കല, കായികം, രാഷ്ട്രീയം തുടങ്ങിയ രംഗങ്ങളിലുമൊക്കെ കാണാവുന്നതാണ്.

അനുകരണം കൂടുതലായി കാണുന്നത്, ഇന്നത്തെ വിദ്യാർത്ഥി സമൂഹത്തിലാണ്. അനുകരണം നല്ലതാണ്, നല്ല വ്യക്തികളെ തിരഞ്ഞെടുത്ത് അവരുടെ സ്വഭാവ ഗുണങ്ങൾ പിന്തുടരുമ്പോൾ - അല്ലാതെ ബാഹ്യമായ വേഷഭൂഷാദികളിലല്ല ശ്രദ്ധ വെക്കേണ്ടത്. ആദ്യം പോകുന്ന പശു എങ്ങോട്ടാണോ പോകുന്നത്, അതു അപകടത്തിലേക്ക് ആണോ അതോ പച്ചപ്പുല്ലുള്ള സ്ഥലത്തേക്കാണോ എന്നൊന്നും നോക്കാതെ പിറകെയുള്ള പശുക്കളും പിൻ തുടരുന്നു. അവറ്റകൾക്ക് നേരായ മാർഗ്ഗവും തെറ്റായ മാർഗ്ഗവും തിരിച്ചറിയാനുള്ള വിശേഷ ബുദ്ധിയില്ല. പക്ഷെ വിശേഷബുദ്ധിയുള്ള മനുഷ്യർ ഇത്ര ശൂന്യമായി ചിന്തിക്കാൻ പാടുള്ള താണോ? കാലത്തിനനുസ

രിച്ചുള്ള കോലങ്ങൾ കെട്ടുക തന്നെ വേണം; പക്ഷെ ഒപ്പം അല്പം പ്രായോഗികത കൂടി ചിന്തിക്കണം.

26. കുട്ടികളെ എങ്ങനെ സന്തോഷിപ്പിക്കാം

ചില വീടുകളിലെ അച്ഛനമ്മമാർ പറയുന്ന ഒരു പല്ലവിയാണ് ഞങ്ങളുടെ ഈ തിരക്കുപിടിച്ച ജീവിതത്തിൽ കുട്ടികളെ വേണ്ടത്ര ശ്രദ്ധിക്കാൻ ഞങ്ങൾക്ക് കഴിയുന്നില്ല' എന്ന്. അങ്ങനെ പരാതിപ്പെടുന്ന മാതാപിതാക്കൾക്ക് അതു പരിഹരിക്കാനുള്ള നല്ല അവസരമാണ് അവരുടെ പിറന്നാൾ ആഘോഷങ്ങളും മറ്റും. അവരുടെ പിറന്നാൾ ദിനം ആഘോഷിക്കുമ്പോൾ അവർക്കാണ് മുൻഗണന നൽകേണ്ടത്, അവരാണ് താരം. ഇതു കുട്ടികളുടെ ആത്മ വിശ്വാസം വളർത്തുന്നതിനു സഹായിക്കും. 'ഞാനും വീട്ടിലെ പ്രധാനപ്പെട്ട വ്യക്തിയാണ്' എന്ന ബോധം കുട്ടികൾക്കുണ്ടാകും.

ഏതൊക്കെ കൂട്ടുകാരെ വിളിക്കണം എന്ന് കുട്ടികളോടു തന്നെ ചോദിക്കുമ്പോൾ അവരുടെ മനസ്സിൽ ഉണ്ടാകുന്ന ഉല്ലാസം, ആ മുഖത്തെ പുഞ്ചിരി ഇതൊക്കെ ഒന്ന് വേറെ തന്നെയാണ്. ആഘോഷങ്ങൾ കുട്ടികളുടെ മനസ്സിനിണങ്ങുന്ന രീതിയിൽ ആസൂത്രണം ചെയ്യണം. അധികസമയം ക്ഷമയോടെ ഇരിക്കാൻ കുട്ടികൾക്ക് സാധ്യമല്ലല്ലോ, അതിനാൽ ദൈർഘ്യം കുറച്ച് പരിപാടികൾ നടത്തണം. കുട്ടികൾ ഇഷ്ടപ്പെടുന്ന വിവിധതരം കളികളും മത്സരങ്ങളും ഉൾപ്പെടുത്താം. കളികളിലും മത്സരങ്ങളിലും പങ്കെടുക്കുന്ന എല്ലാ കുട്ടികൾക്കും പ്രോത്സാഹന സമ്മാനം നൽകണം. വിലപിടിച്ച സമ്മാനങ്ങൾ വാങ്ങേണ്ടതില്ല. അവരുടെ ആവശ്യം അറിഞ്ഞുള്ള കൊച്ചുകൊച്ചു സമ്മാനങ്ങൾ മതിയാകും. പെട്ടെന്ന് പൊട്ടുന്ന സാധനങ്ങൾ വാങ്ങി നൽകാതിരിക്കാൻ നാം പ്രത്യേകം ശ്രദ്ധിക്കണം. കുട്ടികളുടെ സ്റ്റാൻഡേർഡ് അനുസരിച്ചുള്ള പുസ്തകങ്ങൾ സമ്മാനമായി കൊടുക്കുന്നത് വളരെ നന്നായിരിക്കും. കാരണം പുസ്തകങ്ങൾ ദീർഘകാലം നിലനിൽക്കുന്നവയാണ്. വർഷങ്ങൾക്കുശേഷം ഈ പുസ്തകങ്ങൾ കാണുമ്പോൾ അവർക്കു സന്തോഷമുണ്ടാകും.

ഈ ആഘോഷങ്ങളുടെ ഫോട്ടോകൾ സൂക്ഷിച്ചുവച്ച് കുട്ടികളെ ഇടക്ക് കാണിക്കുക. മധുരിക്കുന്ന ഓർമ്മകളാൽ അവരുടെ മനസ്സ്

നിറയും. അങ്ങനെ അച്ഛനമ്മമാർക്ക് അവരെ ശ്രദ്ധിക്കാൻ സാധിക്കുന്നില്ല, എന്ന സങ്കടം മാറുകയും ചെയ്യും.

27. യോഗ

ഭാരതം ലോകത്തിനു സമ്മാനിച്ച ഒരു ആരോഗ്യസൂക്തമാണ് 'യോഗ. ' 2015 മുതലാണ് 'ലോകയോഗ ദിനം' ആചരിച്ചുതുടങ്ങിയത്. ഐക്യരാഷ്ട്രസഭ ഈ തീരുമാനം എടുത്ത പ്പോൾ 170 (നൂറ്റി എഴുപത്) രാജ്യങ്ങളാണ് ഇതിന് പിന്തുണ പ്രഖ്യാപിച്ചത്. ലോകജനതയുടെ ആരോഗ്യപരിപാലനത്തിന് യോഗാപരിശീലനം നടത്തേണ്ടതിന്റെ ആവശ്യകത യു. എൻ. എടുത്തുപറയുന്നു.

ആയുർവേദം പോലെ ഭാരതത്തിന്റെ വരദാനമാണ് യോഗ. മനസ്സിനേയും ശരീരത്തേയും നിയന്ത്രിച്ച് ജീവിതവിജയത്തിലേയ്ക്ക് നയിക്കുന്ന കലയാണ് യോഗവിദ്യ. കുട്ടികളുടെ പഠന നിലവാരം ഉയർത്താനും ഓർമശക്തി വർദ്ധിപ്പിക്കാനും യോഗാഭ്യാസം ഗുണം ചെയ്യും. പത്തു വയസ്സിനുമുകളിലുള്ള ഏതുപ്രായക്കാർക്കും യോഗ പരിശീലിക്കാം. രോഗപ്രതിരോധശേഷിക്ക് അത്യുത്തമമാണിത്. മനുഷ്യനും പ്രപഞ്ചവുമായുള്ള യോജിപ്പാണ് യോഗ കൊണ്ട് സാധ്യമാകുന്നത്.

ഗവേഷകർ ഹാരപ്പായിലും മോഹൻജദാരോയിലും കണ്ടെത്തിയ ശിലാപ്രതിമകൾ യോഗയുടെ ഉത്ഭവത്തേയും കാലപ്പഴക്കത്തേയും വ്യക്തമാക്കുന്നു. മനസ്സിന്റേയും ശരീര ത്തിന്റേയും സമ്പൂർണ്ണമായ സ്വാസ്ഥ്യം ആണ് യോഗ. ഗർഭിണികൾക്കും രോഗികൾക്കും പോലും നിയന്ത്രണങ്ങളോടെ ഇതു ചെയ്യാവുന്നതാണ്. മനുഷ്യന്റെ സ്വഭാവത്തെ നന്നാക്കാൻ യോഗയ്ക്ക് കഴിയും. ഉത്കണ്ഠ അകറ്റാനും ഭയം മാറാനും അതു വഴി നിരവധി രോഗങ്ങളിൽ നിന്ന് മുക്തി നേടാനും യോഗ സഹായിക്കും. ബി. സി രണ്ടാം നൂറ്റാണ്ടിൽ ജീവിച്ചിരുന്ന പതഞ്ജലി മഹർഷിയെ ആണ് യോഗയുടെ പിതാവായി കണക്കാക്കപ്പെടുന്നത്. എല്ലാ ഭൗതിക സുഖങ്ങളും നിയന്ത്രിച്ച് ദീർഘായുസ്സായി ജീവിക്കുവാൻ മനുഷ്യമനസ്സിനെ രൂപപ്പെടുത്തുക, ഇതാണ് യോഗയുടെ സിദ്ധി.

28. വായന മനസ്സിന്റെ ഭക്ഷണം

ഈ ലോകത്ത് പണ്ഡിതന്മാർ ധാരാളമുണ്ട്. അവർ പുസ്തകങ്ങളിൽ കൂടിയും പ്രഭാ ഷണങ്ങൾ വഴിയും അറിവ് പകർന്നുകൊണ്ടേയിരിക്കുന്നു. മൺമറഞ്ഞുപോയ ചില മഹാത്മാ ക്കളുടെയെങ്കിലും വചനങ്ങൾ നമുക്ക് മാർഗ്ഗദർശികളാണ്. 'ഈ ഭൂമിയിൽ അസാധ്യമായി ഒന്നും തന്നെ ഇല്ല. കൈയ്യിൽ ഒരു വാച്ചും പോക്കറ്റിൽ ഹോമറിന്റെ ഒരു ഗ്രന്ഥവുമുണ്ടെങ്കിൽ ഞാൻ എന്റെ വഴിവെട്ടിത്തെളിക്കും' എന്ന നെപ്പോളിയന്റെ വാക്കുകൾ സമയത്തിന്റെയും വായനയുടേയും ശക്തി ധ്വനിപ്പിക്കുന്നു. സമയം ആർക്കുവേണ്ടിയും കാത്തുനിൽക്കുന്നില്ല.

വായന മനസ്സിന്റെ ഭക്ഷണമാണ്. ശരീരത്തിന് ആഹാരം എന്നതുപോലെ വായനാശീലം മനസ്സിന്റെ ശരിയായ വളർച്ചയ്ക്ക് ഒഴിച്ചുകൂടാനാവാത്ത ഒന്നാണ്. ഒരാളിൽ സംസ്കാരത്തി ന്റെ പ്രകാശം പരത്താൻ വായന പോലെ മറ്റൊന്നും ഉതകുകയില്ല. പുസ്തകങ്ങൾ അഥവാ ഗ്രന്ഥങ്ങൾ കെടാവിളക്കുകളാണ്. ഇവ മനസ്സിൽ വെളിച്ചം വീശി അജ്ഞാനമാകുന്ന അന്ധകാരത്തെ അകറ്റുന്നു.

ഓരോ വ്യക്തിയുടേയും സ്വഭാവരൂപീകരണത്തെ സഹായിക്കുന്നത് നല്ല വായനയാണ്. ഉത്തമജീവിതം നയിക്കാൻ ഒരാളെ പ്രാപ്തനാക്കുന്നതും വായന തന്നെ. സമ്പത്തുകൊണ്ട് ലഭിക്കുന്ന സന്തോഷം ഒരാൾക്കും ശാശ്വതസുഖമോ സമാധാനമോ നൽകുന്നില്ല. എന്നാൽ വായനയിൽ നിന്നും ഒരാൾക്കു ലഭിക്കുന്ന ആനന്ദം ഊഷ്മളവും ഹൃദ്യവുമാണ്. മാത്രമല്ല കുട്ടികളിൽ ഒളിഞ്ഞും ഉറങ്ങിയും കിടക്കുന്ന സർഗ്ഗവാസനകളെ തട്ടിയുണർത്താൻ ഉത്തമ ഗ്രന്ഥങ്ങളുടെ പാരായണത്തിലൂടെ സാധ്യമാകുന്നു. അച്ചടക്ക ബോധം സാമൂഹ്യനന്മയ്ക്ക് ആവശ്യമാണെന്ന് വായന വിളിച്ചോതുന്നു. വളരെ കുറച്ചു വായിച്ചാലും ഉൾക്കൊണ്ട് വായിക്കുക, അപ്പോഴാണ് സ്വതന്ത്രമായി ചിന്തിക്കാൻ തുടങ്ങുന്നതും വ്യക്തിത്വം ഉടലെടുക്കുന്നതും. തെളിഞ്ഞ വായനയിലൂടെ മാത്രമേ മനുഷ്യസ്നേഹവും ദയയും കാരുണ്യവും സഹവർത്തിത്വ മനോഭാവവും ഒക്കെ

ഒരാളിൽ രൂപം കൊള്ളുകയുള്ളൂ. നമ്മുടെ കുട്ടികൾ നന്നേ ചെറുപ്പം മുതൽ വായനാശീലം വളർത്തിയെടുക്കണം. പുസ്തകങ്ങൾ അവർക്ക് ചങ്ങാതിമാരാകണം. മുതിർന്നവർക്കും കുട്ടികൾക്കും ഒരു പോലെ പ്രിയങ്കരനായിരുന്ന കുഞ്ഞുണ്ണി മാഷ് വായനയെക്കുറിച്ച് എഴുതിയ രസകരമായ വരികൾ നമുക്ക് ഓർക്കാം.

‘വായിച്ചാലും വളരും
വായിച്ചില്ലെങ്കിലും വളരും
വായിച്ചു വളരുന്നവൻ വിളയും
വായിക്കാതെ വളരുന്നവർ വളയും’

29. അച്ചടക്കം

നാം എല്ലാവരും പല കലാസാഹിത്യ സാംസ്കാരിക മീറ്റിംഗുകളിൽ പങ്കെടുക്കുന്ന വരാണല്ലോ. ചില ഒത്തുകൂടലിലെങ്കിലും കണ്ടുവരുന്ന ഒരു പോരായ്മയാണ് അച്ചടക്കമില്ലായ്മ. ഈശ്വര പ്രാർത്ഥന കഴിഞ്ഞ് പരിപാടി ആരംഭിക്കുമ്പോൾ സദസ്സിൽ നല്ല നിശ്ശബ്ദത യാണ് വേണ്ടത്. ഇതാണ് വേദി പങ്കിടുന്നവർക്കും ഭാരവാഹികൾക്കും അഭികാമ്യമായിട്ടുള്ളത്. പക്ഷെ നിർഭാഗ്യവശാൽ യോഗം കൂടി കുറച്ചു സമയം കഴിയുമ്പോൾ ചിലപ്പോൾ സദസ്സിൽ അങ്ങിങ്ങായി അച്ചടക്കലംഘനം കണ്ടു വരുന്നു. ഇതിന്റെ കാരണം ആളുകളുടെ ക്ഷമയി ല്ലായ്മയാണ്. ഇത് മൂല്യത്തകർച്ച തന്നെയാണ്.

ഒത്തുകൂടുന്ന സന്ദർഭങ്ങളിൽ മാത്രമല്ല, വീടുകളിലും പൊതുസ്ഥലങ്ങളിലും ദേവാലയ ങ്ങളിലുമെല്ലാം അച്ചടക്കം അത്യാവശ്യമാണ്. ഇത് മനുഷ്യർക്ക് വേണ്ടതായ ഒരു ഗുണമാണ്. ശീലിക്കുമ്പോൾ മാത്രമേ അത് പാലിക്കുവാൻ സാധിക്കുകയുള്ളു. ജനിക്കുമ്പോൾ അച്ഛനമ്മമാരിൽ നിന്നും വളരുമ്പോൾ വിദ്യാലയങ്ങളിൽ നിന്നും നാം ഈ ഗുണം ഉൾക്കൊള്ളുന്നു. നമുക്കെല്ലാവർക്കും ജീവിതത്തിൽ കൃത്യമായി അച്ചടക്കം പാലിക്കാൻ സാധിക്കുന്നുണ്ടോ? നൂറു ശതമാനവും സാധ്യമല്ല. എന്നുതന്നെയല്ലേ ശരിയായ ഉത്തരം? അഭിനന്ദനാർഹമായ പെരുമാറ്റ സവിശേഷതയാണ് അച്ചടക്കം. ക്ഷമാശീലവും അച്ചടക്കം തന്നെയാണ്. നമുക്ക് പെരുമാറ്റത്തിലും കർമ്മങ്ങളിലും ഒരു പ്രത്യേക പരിശീലനം സിദ്ധിക്കുമ്പോഴാണ് അച്ചടക്കം സംജാതമാകുന്നത്. സമർപ്പണ മനോഭാവവും ത്യാഗവും ദേശസ്നേഹവുമെല്ലാം അച്ചടക്കത്തിന്റെ രൂപഭേദങ്ങളാണ്. നമ്മുടെ സാംസ്കാരിക പൈതൃകത്തോടും ദേശത്തോടും ആദര പൂർവ്വമായ മനോഭാവം വളരുന്നതിലൂടെ ഒരാളിൽ അച്ചടക്കവും വളരുകയായി. അച്ചടക്കം വളരുമ്പോൾ കുടുംബവും രാഷ്ട്രവുമാണ് സമ്പന്നമാകുന്നത്.

30. 'റേഡിയോ' ഇന്നും പുത്തനുണർവ്

സ്വാതന്ത്ര്യലബ്ധിക്കുമുൻപ് പണ്ഡിറ്റ് ജവഹർലാൽ നെഹ്റു അന്നത്തെ ഇന്ത്യൻ പ്രക്ഷേപണത്തിന്റെ സർവ്വാധികാരിയായിരുന്ന ലയണൽഫീൽഡനു ഇങ്ങനെ എഴുതി, 'താങ്കൾ ഇന്ത്യയിലെ ഈ ജോലിക്കു പറ്റിയ ആളല്ല' എന്നു പറയേണ്ടിവന്നതിൽ ഖേദമുണ്ട്. പ്രക്ഷേപണം മഹത്തായ ഒരു പ്രക്രിയയാണ്. ഞാൻ അതിൽ വിശ്വ സിക്കുന്നു.' ഏകദേശം 80 - ൽ പ്പരം വർഷങ്ങൾക്കു മുൻപ് പണ്ഡിറ്റ് നെഹ്റു ഇങ്ങനെ പ്രവചിച്ചതിന്റെ കാരണം എന്തായിരിക്കാം? സ്വാ തന്ത്ര്യത്തിനു മുൻപുതന്നെ രാഷ്ട്രനിർമ്മാതാവായ അദ്ദേഹം പ്രക്ഷേ പണത്തിന്റെ ശക്തിയും സിദ്ധിയും അംഗീകരിച്ചിരുന്നു. ഒരു രാജ്യ ത്തിന്റെ പ്രക്ഷേപണം ആ ജനതയുടെ വികാരമാണ്, ശബ്ദമാണ്, അവരുടെ സംസ്കാരത്തിന്റെ പ്രതിധ്വനിയാണ്, കലയുടെ ഉൾത്തു ടിപ്പാണ്. എന്നാൽ പാരതന്ത്ര്യം എന്ന മഹാരോഗത്തിൽ കഴിഞ്ഞി രുന്ന ഇന്ത്യയുടെ അന്നത്തെ പ്രക്ഷേപണം ഇന്ത്യയുടെ ശബ്ദമാ വില്ല എന്ന സന്ദേശമാണ് വിദേശ ശക്തിയുടെ പ്രതിനിധിക്കയച്ച കത്തിൽ പണ്ഡിറ്റ്ജി ചൂണ്ടിക്കാട്ടിയത്. ഇന്ത്യൻ പ്രക്ഷേപണം ഇന്ത്യ യുടെ പ്രക്ഷേപണമായി തീർന്നിട്ട് 71 വർഷങ്ങൾ കഴിഞ്ഞു. അതി നെത്രയോ മുൻപ് ബ്രിട്ടീഷ്കാർ ഇവിടെ 'റേഡിയോ'വിന് തുടക്കം കുറിച്ചിരുന്നു. എങ്കിലും പ്രക്ഷേപണത്തിന്റെ ചരിത്രം ഹ്രസ്വമാ യിരുന്നു. ഒന്നാം ലോകമഹായുദ്ധകാലത്ത് പ്രക്ഷേപണം എന്ന ഒന്ന് ഉണ്ടായിട്ടില്ല. എന്നാൽ രണ്ടാം ലോകമഹായുദ്ധം തുടങ്ങിയ പ്പോഴേക്കും അത് ലോകമെമ്പാടും വ്യാപിച്ചു കഴിഞ്ഞിരുന്നു. ഒരു പുതിയ മാധ്യമം, അതാണ് 'റേഡിയോ'. ഒരു പുതിയ ശീലം, ഒരു പുതിയ അറിവ്, ഒരു പുതിയ വ്യവസായം, ഇന്നത്തെ ജനതയുടെ പുത്തനുണർവ്വ്, ആസ്വാദനം - എത്ര വിദൂര സ്ഥലങ്ങളിൽ നിന്നുള്ള ശബ്ദവും അവരവരുടെ വീടുകളിലിരുന്ന് കേൾക്കാൻ സൗകര്യപ്പെ ടുമാറുള്ള ശബ്ദ പ്രസരണത്തിന്റെ ശക്തി- റേഡിയോയുടെ ഈ ശക്തിയെ ടെലിവിഷൻ എത്ര വെല്ലുവിളിച്ചാലും തോൽക്കുകയേ ഉള്ളു:-

31. സന്തോഷത്തിന്റെ രഹസ്യം

എല്ലാവർക്കും സന്തോഷം വേണം. ദു:ഖം വരുത്തരുതേ ഭഗവാനെ! ഇതല്ലേ നമ്മുടെ ഒക്കെ പ്രാർത്ഥന. പക്ഷെ ഈ ഭൂമിയിൽ ദു:ഖിക്കുന്നവരല്ലേ കൂടുതൽ! ഒരു തരത്തിൽ അല്ലെങ്കിൽ മറ്റൊരു തരത്തിൽ പ്രയാസം അനുഭവിക്കുന്നവർ. ഇതു നാം ചിന്തിക്കാറുണ്ടോ? എങ്കിലും നാം എപ്പോഴും ആഗ്രഹിക്കുന്നത് സന്തോഷം തന്നെ. ഇങ്ങനെ നാം എപ്പോഴും ആഗ്രഹിക്കുന്ന സന്തോഷത്തിന്റെ രഹസ്യമെന്താണെന്ന് അറിയേണ്ടേ? ലോകപ്രശസ്ത ബ്രസീലിയൻ സാഹിത്യകാരൻ പൗലോ കൊയ്‌ലോ ഒരു കഥയിലൂടെ ഈ രഹസ്യം വെളി പ്പെടുത്തിയിട്ടുണ്ട്.

ഒരു കച്ചവടക്കാരൻ അയാളുടെ മകനെ ഏറ്റവും പ്രസിദ്ധനായ ഒരു ജ്ഞാനിയുടെ അരികിലേക്ക് അയച്ചു. സന്തോഷത്തിന്റെ രഹസ്യം എന്താണെന്ന് അറിഞ്ഞുവരാൻ. തിരക്കു മൂലം ജ്ഞാനിയെ കാണാൻ കച്ചവടക്കാരന്റെ മകന് കുറെനേരം കാത്തു നിൽക്കേണ്ടി വന്നു. തന്റെ ഊഴം വന്നപ്പോൾ അവൻ ജ്ഞാനിയോട് തന്റെ വരവിന്റെ ഉദ്ദേശ്യം അറിയിച്ചു. സന്തോ ഷത്തിന്റെ രഹസ്യമറിയണം അല്ലെ? ഇപ്പോൾ കുറച്ചു തിരക്കുണ്ട്. എന്റെ ഈ കൊട്ടാര മൊക്കെ ഒന്നു ചുറ്റിനടന്നു കണ്ടിട്ടു വരൂ. പിന്നെ ഒരു കാര്യം. വെറുതെ നടക്കേണ്ട. ഒരു ചെറിയ സ്പൂണെടുത്ത് അദ്ദേഹം അവന്റെ നേരെ നീട്ടി. അതിൽ രണ്ടു തുള്ളി എണ്ണയും ഉണ്ടായിരുന്നു. ഇതും കൂടി കൈയ്യിലിരിക്കട്ടെ; എണ്ണ തുളുമ്പിപ്പോകാതെ സൂക്ഷിക്കണം, അദ്ദേഹം പറഞ്ഞു.

കൊട്ടാരത്തിലെ എണ്ണമറ്റ കോണിപ്പടികൾ കയറിയും ഇറങ്ങിയും അവൻ രണ്ടുമണിക്കൂർ കഴിച്ചുകൂട്ടി. പക്ഷെ മനസ്സു മുഴുവൻ ആ സ്പൂണിലെ എണ്ണ തുളുമ്പിപ്പോകാതെ നോക്കുന്നതിലായിരുന്നു. അവൻ ജ്ഞാനിയുടെ മുന്നിലെത്തി.

ജ്ഞാനി ചോദിച്ചു: എല്ലാം നടന്നു കണ്ടുവോ? ഊണുമുറിയും ഉദ്യാനവും ഗ്രന്ഥപ്പുരയുമൊക്കെ എങ്ങനെയുണ്ട്? ഒന്നിനും മറുപടി കൊടുക്കാതെ അവൻ പരുങ്ങിനിന്നു. വാസ്തവത്തിൽ അവൻ

ഒന്നും ശ്രദ്ധിച്ചില്ല. മനസ്സു മുഴുവൻ സ്പൂണിലെ എണ്ണയിലായിരുന്നു. അവൻ സത്യം തുറന്നു പറഞ്ഞ് കുറ്റസമ്മതം നടത്തി.

അപ്പോൾ ജ്ഞാനി പറഞ്ഞു, 'ആട്ടെ, ഒന്നുകൂടി പോയി വിസ്തരിച്ചു കണ്ടിട്ടു വരൂ - ഇതാണെന്റെ ലോകം.' തിരിഞ്ഞുനടക്കാൻ ഭാവിച്ച അവനെ അദ്ദേഹം ഓർമപ്പെടുത്തി ഒരാളെ വിശ്വസിക്കുന്നതിനുമുൻപ് അവന്റെ ചുറ്റുപാടുകൾ ശരിയായി മനസിലാക്കിയിരിക്കണം. അടുത്ത പ്രാവശ്യം അവൻ എല്ലാം നോക്കി കണ്ടു. പക്ഷെ കൈയ്യിൽ പിടിച്ചിരുന്ന സ്പൂണിലേയ്ക്ക് നോക്കി; അതു തികച്ചും ശൂന്യം.

അപ്പോൾ ജ്ഞാനികളിൽ ജ്ഞാനിയായ ആ വൃദ്ധൻ ഇങ്ങനെ പറഞ്ഞു, 'നീ പഠിച്ചിരിക്കേണ്ടതായി ഒരു പാഠമേയുള്ളു, ഈ ലോകത്തിലെ സുഖങ്ങളും സൗഭാഗ്യങ്ങളും ആവോളം ആസ്വദിച്ചോളു; അപ്പോഴും കൈവശമുള്ള കരണ്ടിയും അതിലെ എണ്ണയും മനസ്സിലുണ്ടായിരിക്കണം. അതു തന്നെയാണ് സന്തോഷത്തി ന്റെ രഹസ്യം.

32. വാക്കിലും പ്രവൃത്തിയിലും ശുചിത്വം

ഈ കഥ നമ്മൾ കേട്ടിട്ടുള്ളതാണ്. പണ്ടൊരു കുറുക്കൻ മുന്തിരിക്കുലയ്ക്കുവേണ്ടി പലവട്ടം ചാടി. കിട്ടാതായപ്പോൾ നിരാശയോടെ മുഖം താഴ്ത്തി നടക്കുന്ന കുറുക്കനെ കണ്ടുനിന്ന പൂവൻകോഴികളും പിടക്കോഴികളും കൂവി; പൊട്ടിച്ചിരിച്ച് ആർത്തു പരിഹസിച്ചു. സഖാവെ! ചാട്ടം പോരാ, ആയം പോരാ എന്നൊക്കെ പറഞ്ഞു. ജാള്യം അൽപ്പം പോലും പുറത്തു കാണിക്കാതെ കുറുക്കൻ മറുപടി പറഞ്ഞു. 'ച്ഛേ, ച്ഛേ മുന്തിരിങ്ങ പണ്ടേ പുളിക്കു ന്നതാണ്; പോരാഞ്ഞിട്ട് എനിക്ക് വയറ്റിൽ നല്ല സുഖവുമില്ല. അതുകൊണ്ട് എനിക്ക് വേണ്ട.' ഇന്നു പലരും ഇതുപോലെയല്ലേ? അവർക്ക് ചില പ്രതീക്ഷകൾ ഉണ്ട്. ഈ ആഗ്രഹങ്ങൾ സാധിക്കാതെ വരുമ്പോൾ ചുരുക്കം ചില സന്ദർഭങ്ങളിലെങ്കിലും ഈ കുറുക്കനെപ്പോലെ പ്രതികരിക്കും.

നമ്മളിൽ നിന്നും ചിലരെങ്കിലും എന്തെങ്കിലുമൊക്കെ പ്രതീക്ഷിക്കുന്നുണ്ടാകാം. എന്നാൽ അത് അവർക്ക് സാധിച്ചുകൊടുക്കാൻ കഴിയാതെ വരുമ്പോൾ അവർ ചിലപ്പോൾ ശത്രുക്കളായി മാറിയേക്കാം. നമ്മളെക്കുറിച്ച് അവർ അല്പമെങ്കിലും മോശമായി പറഞ്ഞു എന്നു വരാം. ജീവിതയാത്രയിൽ നാമും ഇങ്ങനെ ചിലരിൽ നിന്നെങ്കിലും അല്പമൊക്കെ പ്രതീക്ഷിച്ചിട്ടില്ലേ? ഒന്നു ചിന്തിക്കുക! പ്രതീക്ഷ സാധ്യമാകാതെ വന്നപ്പോൾ നമുക്ക് അവരോട് കയ്പ് തോന്നിയിട്ടുണ്ടോ? അവരെക്കുറിച്ച് മോശമായി സംസാരിച്ചിട്ടുണ്ടോ? ഇവയെല്ലാം പരിശോധിക്കുക. നമ്മൾ ഉദ്ദേശിക്കുന്നത് സാധിച്ചു തരാൻ ചിലപ്പോൾ നമ്മളുടെ സുഹൃത്തിനോ പ്രിയപ്പെട്ട വ്യക്തിക്കോ കഴിഞ്ഞു എന്നു വരികയില്ല. അതുകൊണ്ട് അവരെ ശത്രുവായി കാണുവാനോ അവരെക്കുറിച്ച് ദുർവർത്തമാനം പറയുവാനോ ഇടവരരുത്. നമ്മെ നിരാശരാക്കു ന്നവരോട് നാം ക്ഷമിക്കുക. നമ്മുടെ ആവശ്യങ്ങൾ ദൈവം അറിയുന്നു. നമ്മളെ സഹായി ക്കുവാൻ കഴിയാത്തവരെക്കുറിച്ചും അതിന് മനസ്സില്ലാത്തവരെക്കുറിച്ചും നാം നന്മയേ പറയാവൂ. വാക്കിലും വിചാരത്തിലും നമുക്ക് ശുചിത്വം പാലിക്കാം:

33. സാമീപ്യമാണ് സാന്ത്വനം

അമ്മമാർക്ക് മക്കളെല്ലാവരും ഒരുപോലെയാണ്. പക്ഷെ പഠനത്തിൽ മോശ നിലവാരം പുലർത്തുന്ന മകനുണ്ടെങ്കിൽ അമ്മയ്ക്ക് വിചാരം തന്നെയാണ്. ഈ കഥയിൽ ഇളയമകനെ ക്കുറിച്ചാണ് അമ്മയുടെ സങ്കടം മുഴുവൻ. രാവിലെ എഴുന്നേറ്റ് സ്കൂളിൽ പോകാൻ ഉത്സാഹ മില്ല. ആ നേരത്ത് ചെടികൾ നനയ്ക്കും. കോഴികൾക്കും മീനുകൾക്കും തീറ്റ ഇട്ടുകൊടുക്കും. ബാക്കി സമയം അയൽവീടുകളുമായി സൗഹൃദം പങ്കിടും. പക്ഷെ മൂത്തവൻ മിടുക്കൻ, നല്ല കുട്ടി, നല്ല അനുസരണ; ക്ളാസിൽ ഒന്നാമൻ.

മുപ്പതുവർഷങ്ങൾ കഴിഞ്ഞു. ഈ ഒന്നാമൻ ജില്ലാ കലക്ടറായി ദൂരെ നിയമിതനായി. എല്ലാ ദിവസവും അമ്മയെ വിളിച്ച് അന്വേഷിക്കും. വിളിക്കുമ്പോഴൊക്കെ ഒരു കാര്യം ജ്യേഷ്ഠന് മനസ്സിലാകുന്നുണ്ട്, ഈ ഇളയമകനാണ് അമ്മയെ പരിചരിക്കുന്നത് എന്ന്. സ്കൂളിൽ പോകാത്ത ഇവൻ അമ്മയെ കൃത്യമായി ഡോക്ടറെ കാണിക്കുകയും ശുശ്രൂഷിക്കുകയും ചെയ്യുന്നു. കാലമാണ് കളയും വിളയും വേർതിരിക്കേണ്ടത്. ഒരു നാളത്തെയോ, ഒരു വർഷത്തെയോ പരിചയത്തിന്റെ പേരിൽ ഒന്നിനേയും മുദ്രകുത്തി തരം തിരിക്കേണ്ട. നെല്ലിന്റെ വിളവല്ല നെല്ലിയുടേത്. കാത്തിരിക്കേണ്ടിവരും കരുതലോടെ. വളർച്ചയും വലിപ്പവും വിളവുമെല്ലാം വ്യത്യസ്തമായിരിക്കും. അരിയളക്കുന്ന പാത്രം കൊണ്ട് ആഴമളക്കരുത്. കാര്യമന്വേഷി ക്കുന്നവരല്ല കാവലാളാകുന്നവരാണ് യഥാർഥ സഹായികൾ. ഉത്തരവാദിത്തങ്ങളിൽ നിന്ന് അകന്നു നിൽക്കാൻ കാരണങ്ങൾ ഏറെയുണ്ടാകും. എല്ലാ ന്യായങ്ങളേയും മറികടക്കുന്ന ഒരു കാരണമെങ്കിലും ഉണ്ടാകണം, കൂടെ നിൽക്കാൻ. ആ നൂലിഴയിൽ നിന്നുവേണം ആത്മ ബന്ധത്തിന്റെ നേർരേഖ നെയ്തെടുക്കാൻ. സാമീപ്യമാണ് സാന്ത്വനം. കൂട്ടിരിക്കാൻ ആളു ണ്ടായിരുന്നുവെങ്കിൽ കുറച്ചുകൂടി ജീവിക്കാമായിരുന്നു എന്ന വിതുമ്പലിൽ വിട പറഞ്ഞ ഒട്ടേറെ പേരുണ്ടാകും.

അറിവു സമ്പാദിക്കുന്നതിനിടയിൽ ആലോചനയും അടുപ്പവും

സ്നേഹവും നഷ്ട പ്പെട്ടു പോകരുത്. ലോകം കീഴടക്കി വരുമ്പോ ഴേയ്ക്കും വളർത്തി വലുതാക്കിയ രക്ഷിതാക്കൾ അവിടെ ഉണ്ടാക ണമെന്നില്ല. പാഠങ്ങൾ പഠിച്ച് പരീക്ഷയെഴുതാൻ ശേഷിയില്ലാത്ത വരേയും മിടുക്കരായി കാണാൻ നമ്മുടെ കണ്ണുകൾക്ക് എന്നാണു കഴിയുക!

34. മഹാകവികളുടെ രചനകൾ കാത്തു സൂക്ഷിക്കുക

ചന്ദ്രഗുപ്ത മഹാരാജാവിന്റെ മന്ത്രിയും ഉപദേശകനും രാജഗുരുവും രാജ്യതന്ത്രജ്ഞനും ഒക്കെയായിരുന്നു ചാണക്യൻ. ആലസ്യം വെടിഞ്ഞു കർമ്മരംഗത്തേക്ക് മനുഷ്യരെ നയിക്കുന്ന ധാരാളം ഉപദേശങ്ങൾ അദ്ദേഹം രചിച്ചിട്ടുണ്ട്.

മനസ്സിനെ ആകർഷിക്കുന്ന പദങ്ങളുപയോഗിച്ച് കവികൾ കവിതകൾ രചിക്കുന്നു. അതൊരു വിശേഷസിദ്ധി തന്നെയാണ്. അങ്ങനെയുള്ള നല്ല കൃതികൾ ഏറ്റെടുത്ത് ലോകം മുഴുവൻ എത്തിക്കുന്നത് സഹൃദയരായ ജനങ്ങളാണ്. ആസ്വാദകരായ ജനങ്ങളില്ലെങ്കിൽ കവി കൾക്കും കാവ്യത്തിനും നിലനിൽപ്പില്ല. മഹാപ്രതിഭയും ബുദ്ധിശാലിയുമായിരുന്ന ചാണക്യൻ ഇവിടെ ദൃഷ്ടാന്തമായി ചൂണ്ടിക്കാണിക്കുന്നത് പ്രകൃതിയിലെ പുഷ്പത്തെയും കാറ്റിനെയുമാണ്. വൃക്ഷത്തിൽ പൂവുണ്ടാകുന്നു. നല്ല സുഗന്ധമുള്ള പൂവ്. പക്ഷെ വൃക്ഷത്തിനോ, പൂവിനോ ആ സുഗന്ധം ദൂരദേശങ്ങളിലെത്തിക്കാനുള്ള കഴിവില്ല. അതിനു കാറ്റു തന്നെ വേണം. ശക്തിയായ കാറ്റിന് സുഗന്ധത്തെ എല്ലായിടവും പരത്താൻ സാധിക്കുന്നു. എന്താണ് ഇതിൽ നിന്നു ലഭിക്കുന്ന സന്ദേശം?

നല്ല സാഹിത്യരചനകൾ ഉണ്ടായാൽ മാത്രം പോരാ, കഴിവും ആസ്വാദനശേഷിയുമുള്ള ജനത അതേറ്റെടുത്ത് എല്ലാ വിഭാഗം വായനക്കാരിലേയ്ക്കുമെത്തിക്കണം. നാട്ടിലുടനീളം ഇങ്ങനെയുള്ള സാഹിത്യ രചനകളെ പ്രോത്സാഹിപ്പിക്കാനും ജനങ്ങൾക്ക് ഉപകാരപ്രദ മാക്കാനും ധാരാളം വായനശാലകൾ വേണം. സുഗന്ധം പ്രസരിപ്പിക്കുന്ന കാറ്റിന്റെ ധർമ്മം തന്നെയാണ് നാം ഏറ്റെടുക്കേണ്ടത്. ധാരാളം സുമനസ്സുകളുടെ ശ്രമഫലമായിട്ടാണ് നമ്മുടെ പൂർവികരായ മഹാകവികളുടെയൊക്കെ രചനകൾ നമുക്ക് ലഭിച്ചത്. അവയെ കാത്തു സൂക്ഷി ക്കാനും അതിലെ സന്ദേശം പുതിയ തലമുറയ്ക്ക് പകർന്നുകൊടുക്കാനും നാം ഓരോരുത്തരും കടപ്പെട്ടവരാണ് എന്ന കാര്യം വിസ്മരിക്കാൻ പാടില്ല:-

35. അഞ്ചുവയസ്സുവരെ ലാളിച്ചും, പത്തുവയസ്സുവരെ ശിക്ഷിച്ചും

നാം കുഞ്ഞുങ്ങളെ അമിതമായി ലാളിക്കുമ്പോൾ മുത്തശ്ശിമാർ നമ്മോടുപറയുന്ന ഒരു ചൊല്ലുണ്ട്. അഞ്ചുവയസ്സുവരെ ലാളിച്ചുവ ളർത്തണം, പത്തുവയസ്സുവരെ ശിക്ഷിച്ചു വളർ ത്തണം, പതിനാ റുവയസ്സിനുശേഷം മകനാണെങ്കിലും മിത്രമായി കണക്കാക്കണം.

സകലസൗഭാഗ്യങ്ങളോടും കൂടി വളരുന്ന ഇന്നത്തെ കുട്ടിക ൾക്ക് സാമൂഹികമായി യാതൊരു പ്രതിബദ്ധതയോ മാതാപിതാ ക്കളോടും ഗുരുജനങ്ങളോടും കാണിക്കേണ്ടതായ ആദരവോ കടമകളോ ഒന്നും അറിയില്ല. സാമ്പത്തികം ധാരാളമായുള്ള മാതാപി താക്കൾ മക്കൾക്കുവേണ്ടി ആവശ്യത്തിലേറെ പണം മുടക്കുവാൻ സന്നദ്ധരാകുന്നു; എന്നാൽ കുട്ടികളെ വേണ്ടതുപോലെ ശ്രദ്ധിക്കു വാൻ അവർക്കു കഴിയുന്നുമില്ല. പണം എല്ലാ പ്രശ്നങ്ങൾക്കുമുള്ള പരിഹാരമാണെന്ന മിഥ്യാധാരണ കുട്ടികളെ കൂടുതൽ കൂടുതൽ പ്ര ശ്നങ്ങളിലേക്ക് വഴി തിരിക്കുന്നു.

അപകടകരങ്ങളായ മാർഗ്ഗങ്ങളിലൂടെ കുട്ടികൾ സഞ്ചരിക്കു ന്നു. അവസാനം ഇവർ എവിടേയും എത്തിപ്പെടുന്നില്ല. നേടേണ്ട സമയത്ത് വേണ്ട വിദ്യാഭ്യാസമോ, തൊഴിലോ ഒന്നും കൈവരി ക്കാതെ അച്ഛനമ്മമാർക്ക് തലവേദനയാകുന്നു. അവരുടെ ദൈ്വ ര്യജീവിതം കെടുത്തുന്നു. പക്ഷെ ഒരു കാലഘട്ടം വരെയെങ്കിലും ധാർമ്മികവും സാംസ്കാരികപരവുമായ ചില ചട്ടക്കൂടുകൾ മുതിർന്ന വരാൽ പടുത്തുയർത്തപ്പെടണം. എങ്കിൽ മാത്രമേ പ്രശ്നങ്ങൾ പരിധി വിടാതിരിക്കുകയുള്ളു. സമൂഹവും മാതാപിതാക്കളും ഗുരു ജനങ്ങളും എല്ലാം കുട്ടികളോടൊപ്പം തന്നെ ഉണ്ടാവണം. പണ്ട് വ്യ ക്തിത്വ വികാസ കണക്കുകൾ എ+, എ1 മുതലായവ കുട്ടികളുടെ ഇടയിൽ ഇത്രയധികം ഉണ്ടായിരുന്നില്ല.

അഞ്ചു വയസ്സുവരെ താലോലിച്ചും പത്തുവയസ്സുവരെ ശരിയായ ശിക്ഷണം നൽകിയും പിന്നീട് ആത്മസുഹൃത്തായും വർത്തിക്കുവാൻ മാതാപിതാക്കൾ ശ്രദ്ധിക്കണം. ഇപ്രകാരം

വളരുന്ന കുട്ടികൾ വീടിനും നാടിനും സമൂഹത്തിനും മാതൃകയായി ത്തീരുക തന്നെ ചെയ്യും.

36. സ്വാർത്ഥത കൈവെടിയുക

ഗ്രീക്ക് തത്വചിന്തകനായ ഡയോജനീസ് വഴിയിലേക്ക് നോക്കി നിന്ന് ചിരിക്കുന്നത് കണ്ട് ഒരാൾ കാരണം ചോദിച്ചു. അപ്പോൾ അദ്ദേഹം പറഞ്ഞു, 'വഴിയുടെ നടുവിൽ കിടക്കുന്ന ആ കരിങ്കൽ കഷണം കണ്ടോ, ഒട്ടേറെ പേർ അതിൽ തട്ടി വീഴുകയും അവർക്കെല്ലാം മുറിവേൽക്കുകയും ചെയ്തു. എന്നിട്ടും ഒരാൾ പോലും ആ കല്ല് എടുത്ത് മാറ്റാൻ തയ്യാറാകുന്നില്ല. അതിശയം, ആളുകളുടെ ഈ സ്വാർത്ഥത ഓർത്താണ് എനിക്ക് ചിരി വരുന്നത്. '

മറ്റാരെങ്കിലും ചെയ്യുമെന്ന് എല്ലാവരും കരുതിയാൽ പിന്നെ ആരും ഒന്നും ചെയ്യു കയില്ല. വേറൊരു കൂട്ടരാണ് ഇതിന് ഉത്തരവാദപ്പെട്ടവർ എന്ന് ചിന്തിച്ച് മാറി നിൽക്കും. പിന്നെ ഒന്നിനോടും പ്രതിബദ്ധത ഇല്ലാതായിപ്പോകും. തന്റെ കൃത്യമല്ല എന്ന മനോഭാവം രൂപപ്പെട്ടുപോയാൽ പിന്നെ എല്ലാറ്റിൽ നിന്നും ഒഴിഞ്ഞു മാറും. എനിക്ക് ആ കല്ല് തട്ടി മുറിവേറ്റിട്ടുണ്ടെങ്കിൽ ആ ദുരനുഭവം മറ്റുള്ളവർക്കും സംഭവിക്കണം എന്നാഗ്രഹിക്കുന്ന വരുണ്ട്. ഈ മനോവൈകൃതത്തിന് വഴി തെളിക്കുന്നത് മനസ്സിൽ കുമിഞ്ഞുകിടക്കുന്ന കഠിന ചിന്തകളാണ്. ഇവയെ പിഴുതു മാറ്റിയില്ലെങ്കിൽ വീണ്ടും ദുരന്തങ്ങൾ വന്നുകൊണ്ടേ യിരിക്കും. തനിക്കുണ്ടായ മുറിവ്, വേദന ഇനി മറ്റൊരാൾക്കും ഉണ്ടാകരുത് എന്നു വേണം ചിന്തിക്കാൻ. അപ്പോഴാണ് മനസ്സിൽ വെളിച്ചം നിറയുന്നത്.

നേട്ടങ്ങളിൽ ഉത്തരവാദിത്വം ഏറ്റെടുക്കുന്നതിലും പാളിച്ചകളിൽ പഴി ചാരുന്നതിലും എല്ലാവർക്കും പ്രത്യേക താത്പര്യമുണ്ട്. എന്നെ മാത്രം സ്പർശിക്കുന്ന കാര്യങ്ങളിലേ ഞാൻ ഇടപെടൂ എന്ന നിർബന്ധബുദ്ധി പുലർത്തുന്ന ചിലരുമുണ്ട്. ഈ വികലചിന്ത ഇവരെ നോക്കുകുത്തികളാക്കുന്നു. എല്ലാവരെയും ബാധിക്കുന്ന കാര്യങ്ങളിൽ എല്ലാവർക്കും തുല്യപങ്കാളിത്തം വേണമെന്ന വിചാരം നല്ലതുതന്നെയാണ്. പക്ഷെ ഒന്നു ചിന്തിക്കണം. എല്ലാ മുന്നേറ്റങ്ങളും ആരെങ്കിലും ഒരാൾ എപ്പോഴോ തുടങ്ങിവെച്ചതാണ്. ആ ഒരാൾ ഞാനാകണമെന്ന് ചിന്തിച്ചുകൂടേ. തനിച്ചിറങ്ങിയാൽ എല്ലാ ദൗത്യ

ങ്ങളും പൂർത്തിയാ കണമെന്നില്ല. പക്ഷേ തുനിഞ്ഞിറങ്ങിയാൽ പൂർത്തിയാകാത്തതായി ഒരു ദൗത്യവുമില്ല. അതുകൊണ്ട് പ്രതിബ ന്ധങ്ങൾ മറ്റാരെങ്കിലും തീർക്കുമെന്ന് കരുതുന്നവർ തടസ്സങ്ങളുടെ കാവൽക്കാരായി മാറുകയേയുള്ളൂ. തടസ്സങ്ങളെ നീക്കാൻ മനസ്സും ശേഷിയുമായി മുന്നിട്ടി റങ്ങുന്നവനു ഏതു വഴിയും സഞ്ചാരയോ ഗ്യമാകും.

37. സ്വയം മറന്നുള്ള രക്ഷപ്പെടുത്തൽ

നാം ഏതു കാര്യത്തിനുവേണ്ടി ശ്രമിക്കുന്നുവോ; അത് നേടി എടുക്കുന്നതുവരെ സ്വയം മറന്ന് പ്രവർത്തിക്കുക. ഒരു കഥയിലൂടെ ഈ ചെറിയ സന്നദ്ധപ്രവർത്തനം എന്താ യിരുന്നു എന്നു നമുക്ക് നോക്കാം.

ഒരിക്കൽ ഒരു വൃദ്ധൻ കാട്ടിലൂടെ മരുന്നു ചെടികൾ ശേഖരിച്ചു നടക്കുകയായിരുന്നു. അപ്പോൾ അദ്ദേഹം മാളത്തിൽ അകപ്പെട്ടു പോയ ഒരു പൂച്ചയെ കണ്ടു. പൂച്ചയുടെ കരച്ചിൽ കേട്ട് വൃദ്ധന് സങ്കട മായി. എങ്ങനെയെങ്കിലും ആ പൂച്ചയെ രക്ഷിക്കണം എന്ന് വൃദ്ധൻ മനസ്സിലുറപ്പിച്ചു. ആദ്യം വൃദ്ധൻ മാളത്തിൽ കൈയിട്ട് പൂച്ചയെ എടുക്കാൻ ശ്രമിച്ചു. പക്ഷെ വൃദ്ധൻ കൈയിടുമ്പോഴെല്ലാം അത് പേടിച്ച് മാളത്തിന്റെ ഉള്ളിലേക്ക് തന്നെ വലിഞ്ഞ് നീങ്ങി. - പക്ഷേ, വൃദ്ധൻ ശ്രമം ഉപേക്ഷിച്ചില്ല. ഗുഹയിലേക്ക് കൈനീട്ടി പിടിക്കാൻ നോക്കിയ പ്പോൾ അതിന്റെ കൂർത്ത നഖങ്ങൾ കൊണ്ട് വൃദ്ധന്റെ കൈ മുറിഞ്ഞു. പല തവണയായി കിഴവൻ ഈ ശ്രമം തുടർന്നു കൊണ്ടേയിരുന്നു. ഇതെല്ലാം കണ്ടുനിന്ന ഒരു യാത്രികൻ വൃദ്ധനോട് പറഞ്ഞു, 'നിങ്ങൾ പൂച്ചയെ രക്ഷിക്കാനുള്ള ശ്രമം നിർത്തൂ, നിങ്ങളുടെ കൈ കളിൽ ഇനിയും മുറിവേൽക്കും. കുറച്ചുകഴിയു മ്പോൾ അത് താനേ രക്ഷപ്പെട്ടു കൊള്ളും. ' പക്ഷേ വൃദ്ധൻ വീണ്ടും പല വഴികളും നോക്കി ആ പൂച്ചയെ പുറത്തെടുത്തു. എന്നിട്ട് യാത്ര ക്കാരനോടായി പറഞ്ഞു. 'മാന്തുന്നത് പൂച്ചയുടെ സ്വഭാവമാണ്, പക്ഷെ രക്ഷിക്കുക എന്നത് എന്റെ മനസ്സിൽ തോന്നിയ ഉദ്യമവും'. ഇതുകേട്ട യാത്രികൻ വൃദ്ധനിൽ എന്തോ അസാമാന്യത്വം ദർശിച്ചു. സ്വയം മറന്നുള്ള രക്ഷാപ്രവർത്തനങ്ങളിലെല്ലാം ആപൽഘട്ടം കുടിയിരിപ്പുണ്ട്. അവ മനസ്സിനെയും ശരീരത്തിനേയും മുറിവേ ൽപ്പിച്ചേക്കാം! ആർക്കുവേണ്ടി സമയവും ഊർജ്ജവും ചെലവഴി ച്ചോ, അവരിൽ നിന്നാകും ചിലപ്പോൾ വേദനയും പരി ഹാസവും നേരിടേണ്ടി വരുന്നത്. അണയാതെ പിടിച്ച തിരിയിൽ നിന്നു കൈപൊള്ളി യാലും ആ തിരി കെടാൻ അനുവദിക്കരുത്. ആരു

ടെയെങ്കിലുമൊക്കെ വെളിച്ചമാകാം അത്. ഉടൽ ഉരുകുമ്പോഴും പിടിച്ചു നിർത്തിയ ജീവശ്വാസത്തിന്റെ പ്രതിഫലം എവിടെ നിന്നെങ്കിലും നമുക്ക് ലഭിക്കാതിരിക്കില്ല.

38. 'ഈ ലോകത്ത് യുദ്ധം വേണ്ട വേണ്ട; സമാധാനം പുനഃസ്ഥാപിക്കുക'

യുദ്ധങ്ങളുടെ ചരിത്രം എടുത്തുനോക്കിയാൽ നമുക്ക് ഒരു ദുഃഖസത്യം വായിച്ചറി യുവാൻ കഴിയും. യുദ്ധം എവിടെ നടന്നാലും ഏതു കാലത്തു നടന്നാലും അതിന്റെ ദുരിത ങ്ങൾ അനുഭവിക്കുക കൂടുതലും കുട്ടികളാണ്. പട്ടിണിയും യാതനയും വേദനയും വാരി വിതറുന്ന യുദ്ധങ്ങൾ കുട്ടികളെ അനാഥത്വത്തിലേക്ക് എത്തി ക്കുന്നു. മനുഷ്യനെ ആകെ ബാധിക്കുന്നതാണ് യുദ്ധത്തിന്റെ കെടുതികൾ. എങ്കിലും ആകെ തകർന്നും തളർന്നും പോകുന്നത് കുട്ടികളാണ്. സ്നേഹത്തിന്റെയും ആഹ്ളാദത്തിന്റെയും തണലിൽ വളരേ ണ്ടവർ; ഭാവിയിൽ ഈ ലോകത്തെ നയിക്കേണ്ടവർ. സാർവ്വ ദേശീയ മനുഷ്യാവകാശ പ്രഖ്യാപനത്തിൽ കുട്ടികളുടെ അവകാ ശങ്ങൾ വ്യക്തമാക്കിയിട്ടുണ്ട്. ഇവയുടെ നഗ്നമായ ലംഘനമാണ് ഓരോ യുദ്ധങ്ങളും സമ്മാനിക്കുന്നത്. കുട്ടികളുടെ വളർച്ച, വ്യക്തി ത്വം, സർഗ്ഗശേഷി, മാനസിക-ശാരീരികവികാസം എന്നിവയ്ക്ക് യുദ്ധങ്ങൾ തടസ്സമാകും.

ജപ്പാനിലെ 'ഹിരോഷിമ'യിൽ യുദ്ധത്തിന് ഇരയായ രണ്ടു വയസ്സു മാത്രം പ്രായ മുണ്ടായിരുന്ന സഡാക്കോവിനെ നമുക്ക് ഒരു നിമിഷം ഒന്നോർക്കാം. ബോംബ് വീണ സ്ഥല ത്തുനിന്നും രണ്ടര കിലോമീറ്റർ മാത്രം അകലെയായിരുന്നു ആ പിഞ്ചോമന യുടെ വീട്. ഒറ്റനോട്ടത്തിൽ അവൾക്ക് ഒരു പരിക്കും പറ്റിയിരുന്നി ല്ല. പത്തുവർഷം കടന്നുപോയി. ഇതിനകം സഡാക്കോ സ്കൂളിലെ മികച്ച കായികതാരമായി. ഒരു ദിവസം ഓട്ടത്തിനിടയിൽ അവൾക്ക് തലകറക്കവും ക്ഷീണവും അനുഭവപ്പെട്ടു. അവളെ പരിശോധിച്ച ഡോക്ടർമാർ രോഗം കണ്ടെത്തി. അത് രക്താർബുദം ആയിരുന്നു. പത്തുകൊല്ലം മുമ്പ് ഹിരോഷിമയിൽ പതിച്ച ആറ്റംബോംബിന്റെ രശ്മികൾ സഡാക്കോയ്ക്ക് നൽകിയതായിരുന്നു ഈ രോഗം. ആശുപത്രിക്കിടക്കയിൽ മരണത്തോട് മല്ലടിക്കുമ്പോൾ ജപ്പാനിൽ നിലനിന്നിരുന്ന വിശ്വാസം അവളുടെ മനസ്സിന് ആശ്വാസം പകർന്നു.

ആയിരം വെള്ളക്കൊക്കുകളെ നിർമ്മിച്ചാൽ മരണമുണ്ടാകില്ല! അവൾ കൊക്കുകളെ നിർമ്മിക്കാൻ തുടങ്ങി. ഓരോ ദിവസ വും പുതുജീവൻ ഉണർന്ന് അവൾ കൊക്കുകളെ ഉണ്ടാക്കി. പക്ഷേ, നിർഭാഗ്യമെന്നു പറ യട്ടെ, ആയിരം എത്തുന്നതിനു മുൻപേ അവൾ ഈ ലോകത്തോട് വിട പറഞ്ഞു. ഇങ്ങനെ യുദ്ധത്തിനിരയായ എത്ര യെത്ര കുട്ടികളുടെ നീറുന്ന കഥകൾ!

സഡാക്കോയുടെ ഓർമ്മയ്ക്കായി കുട്ടികൾ നേതൃത്വം നൽകി നിർമ്മിച്ച സ്മാരക ത്തിനു ചുവട്ടിൽ ഇങ്ങനെ എഴുതിയിരുന്നു, 'ഇതാണ് ഞങ്ങളുടെ രോദനം, ഇതാണ് ഞങ്ങളുടെ പ്രാർത്ഥന, ഈ ലോകത്ത് യുദ്ധം വേണ്ടേ വേണ്ട. സമാധാനം പുനഃസ്ഥാപി ക്കുക. ' ഇതു തന്നെയാവട്ടെ നമ്മുടെയും നാളത്തെ വാഗ്ദാനങ്ങ ളായ നമ്മുടെ കുട്ടി കളുടെയും മുദ്രാവാക്യം.

39. വാസ്തവത്തിൽ നമുക്കെല്ലാറ്റിനും സമയമുണ്ട്

ഹൊ! ഒന്നിനും തീരെ സമയമില്ലല്ലോ. ഇതല്ലേ നമ്മളിൽ ചിലരെങ്കിലും നിത്യേന പറയാറുള്ളത്. ഒന്നിനും സമയമില്ല എന്ന പരാതി അലസതയിൽ നിന്ന് ഉടലെടുക്കുന്ന താണ്. നിങ്ങളെപ്പോലെ മറ്റുള്ളവർക്കും ഒരു ദിവസത്തിൽ 24 മണിക്കൂറേ ഉള്ളൂ എന്ന കാര്യം മറക്കാതിരിക്കുക.

ഒന്നിനും സമയം കിട്ടുന്നില്ല എന്നു പറയാതെ നിത്യവും ചെയ്യാനുള്ള കാര്യങ്ങൾ കൃത്യസമയത്ത് ചെയ്തുകൊണ്ടിരിക്കുക, കാര്യങ്ങളൊന്നും നീട്ടി വെയ്ക്കാതിരിക്കുക. നാം ചെയ്തു തീർക്കേണ്ടതായ ജോലികൾ മനഃപൂർവ്വം നീട്ടിവെയ്ക്കാനുള്ള പ്രവണത മടിയുടെ ലക്ഷണമാണ്. വാസ്തവത്തിൽ നമുക്കെല്ലാറ്റിനും സമയമുണ്ട്. , പക്ഷെ ഒന്നും ചെയ്തു തീർക്കാൻ കഴിയുന്നില്ലെങ്കിൽ, ചിട്ടയില്ലാത്ത, പ്ലാനിംഗ് ഇല്ലാത്ത ഒരു ജീവിതമാണ് നാം നയിക്കുന്നതെന്ന് സ്പഷ്ടമാണ്. പ്രാധാന്യമേറിയ കാര്യങ്ങൾക്ക് മുൻഗണനന കൊടുക്കാൻ നമുക്ക് സാധിക്കണം. അങ്ങനെ ചെയ്യാൻ കഴിഞ്ഞാൽ തീരെ അപ്രധാനമായ കാര്യങ്ങൾ പോലും ചെയ്തു തീർക്കാൻ നമുക്ക് സാധിക്കും.

ഏതൊരു കാര്യവും നാം ചെയ്യാനേൽക്കുമ്പോൾ അതിനുള്ള സമയം ആലോ ചിച്ചു കണ്ടുപിടിക്കണം. സമയം നല്ല രീതിയിൽ വിനിയോഗിക്കാൻ പഠിച്ചാൽ നമുക്ക് ചെയ്തു തീർക്കാനാവാത്ത കാര്യങ്ങൾ ഉണ്ടാവുകയില്ല. മാത്രമല്ല ചെയ്തു തീർക്കേണ്ട ഒരു കാര്യവും നീട്ടിവെക്കേണ്ടിവരികയുമില്ല. വിദ്യാർത്ഥികൾ അന്നന്നത്തെ പാഠങ്ങൾ അന്നന്നു തന്നെ പഠിക്കുകയും ഹോം വർക്കുകൾ കൃത്യമായി വീട്ടിൽ വെച്ചുതന്നെ ചെയ്യുക യുമാണ് വേണ്ടത്. അത് രാവിലെ ക്ലാസിൽ പോയി ചെയ്യാം എന്നു വിചാരിക്കരുത്. കഴിഞ്ഞു പോയ സമയത്തെക്കുറിച്ച് ആലോചിച്ച് വിഷമിക്കരുത്. ഉന്മേഷത്തോടെ അടുത്ത കാര്യങ്ങൾ ക്രമപ്പെടുത്തി ഡയറിയിൽ കുറിക്കുക.

കുട്ടികൾ നിത്യവും ഉറങ്ങാനും ഉണരാനും പാഠങ്ങൾ പഠിക്കുവാനും ഭക്ഷണം കഴിക്കുവാനും മറ്റു വിനോദങ്ങളിൽ ഏർപ്പെടാനും വീട്ടിലെ കാര്യങ്ങൾ അല്പമെങ്കിലും ഒന്നന്വേഷിക്കുവാനും കൃത്യമായ സമയം തിട്ടപ്പെടുത്തി ഒരു ടൈംടേബിൾ ഉണ്ടാക്കുക. അതനുസരിച്ച് എല്ലാദിവസവും ജോലികൾ ചെയ്യുകയാണെങ്കിൽ നിങ്ങൾക്ക് ഒരിക്കലും ഒന്നിനും സമയമില്ല എന്നു പറയേണ്ടിവരികയില്ല. നമ്മുടെ കൃത്യതയും സമയനിഷ്ഠയും വീട്ടിലെ മറ്റുള്ളവർക്കും ഒരു മാതൃകയായിത്തീരും.

40. ദൈവത്തിന്റെ മാലാഖ; ദൈവം അയച്ച മാലാഖ

ലണ്ടൻ നഗരത്തിലെ ഒരു തെരുവോരം. നല്ല ശീതകാലം ആരംഭിച്ച സമയം. തെരുവിന്റെ ഇരുവശങ്ങളിലും ധാരാളം വ്യാപാര ശാലകൾ; തെരുവോരത്തെ ഒരു ഷൂ വിൽപ്പനകേന്ദ്രത്തിന്റെ മുമ്പിൽ ഒരു ബാലൻ അവിടേയ്ക്കു തന്നെ കണ്ണും നട്ട് നിൽക്കുന്നു. കടയുടെ കണ്ണാടി ജനലിൽകൂടി ഉള്ളിൽ നിരത്തിവെച്ചിരിക്കുന്ന കുട്ടികളുടെ ഷൂസുകളിലാണ് അവന്റെ നോട്ടം. അവൻ അനാഥനാണ്. കാലിൽ ഷൂസ് ഇല്ല. മുഷിഞ്ഞ വേഷം, തണുപ്പിനെ അകറ്റാൻ പറ്റുന്ന ഒന്നും അവന്റെ ദേഹത്ത് ഇല്ലാ ത്തതുകൊണ്ട് ശരീരമാസകലം വിറയ്ക്കു ന്നുണ്ട്. ആളുകൾ തിരക്കിട്ട് ഫുട്പാത്തിൽ കൂടി വേഗം വേഗം നടന്നു നീങ്ങുന്നു. പക്ഷേ പത്തുവയസ്സുള്ള ഈ ബാലൻ കടയ്ക്കുള്ളിലെ ഷൂസുകളിൽ നിന്ന് കണ്ണെടുക്കാത്തത് എന്തുകൊണ്ടാണ്. ?

അതുവഴി വന്ന മദ്ധ്യവയസ്കയായ ഒരു വനിത ദൂരെനിന്ന് ഈ ബാലനെ ശ്രദ്ധിക്കുന്നുണ്ടായിരുന്നു. അവർ പയ്യെ ബാലന്റെ സമീപ ത്തേക്ക് ചെന്നു. പക്ഷേ ഒന്നും അവൻ അറിഞ്ഞിരുന്നില്ല.

ആ സ്ത്രീ കരുണഭാവത്തോടെ, വാത്സല്യത്തോടെ അവന്റെ തോളത്തു തട്ടി. എന്നിട്ട് ചോദിച്ചു, 'മോനെ, നീ എന്താണ് ഇത്ര ജാഗ്ര തയോടെ നോക്കുന്നത്?

അവൻ ഒട്ടും മടി കൂടാതെ ഉത്തരം നൽകി, 'ഒരു ജോഡി ഷൂസ് എനിക്ക് തരണമേ! എന്ന് ഞാൻ ദൈവത്തോട് പ്രാർത്ഥിക്കുകയാ യിരുന്നു.'

അഴുക്കു പുരണ്ട അവന്റെ പാദങ്ങൾ അപ്പോൾ അവരുടെ ശ്രദ്ധയിൽപ്പെട്ടു. അവരുടെ ഹൃദയമലിഞ്ഞു, ഷോപ്പിനകത്തേക്ക് അവനെയും കൂട്ടി കടന്നു. വിൽപ്പനക്കാരനിൽ നിന്ന് അരഡസൻ സോക്സ് വാങ്ങി, പിന്നീട് അവർ കടക്കാരനോട് ഒരു പാത്ര ത്തിൽ കുറച്ചുവെള്ളവും ഒരു ടവ്വലും ആവശ്യപ്പെട്ടു. സുമനസ്സായ ആ സ്ത്രീയുടെ നീക്കത്തെ കച്ചവടക്കാർ മനസ്സിലാക്കി എല്ലാം വേഗത്തിൽ എത്തിച്ചു കൊടുത്തു. അവർ ബാലനെയും കൂട്ടി

ഷോപ്പിന് പുറകുവശത്ത് എത്തി. അവരുടെ കയ്യിലെ ഗ്ലൗസ് ഊരി മാറ്റിയശേഷം ആ ബാലന്റെ പാദങ്ങൾ വെള്ളമൊഴിച്ച് കഴുകി വെടിപ്പാക്കി തുടച്ചശേഷം ഒരു ജോടി സോക്സ് അവന്റെ കാലിൽ ധരിപ്പിച്ചു. അതിനുശേഷം അവന് ഇഷ്ടപ്പെട്ട ഷൂസും വാങ്ങി കാലിൽ ഇട്ടു. ഇതൊക്കെ നടക്കുമ്പോൾ ആ ബാലന്റെ ഹൃദയം ആനന്ദം കൊണ്ട് പുളകം കൊള്ളുകയായിരുന്നു. ആ ബാലന്റെ അപ്പോഴത്തെ മുഖഭാവം നിങ്ങൾ ഒരു നിമിഷം ഒന്നു ചിന്തിക്കൂ!

ഒരുത്തമ മാതൃഹൃദയത്തിന്റെ ഉടമയായ ആ വനിത ബാലനെയും കൂട്ടിക്കൊണ്ട് മുൻവശത്തേക്ക് വന്ന് അവനോട് ചോദിച്ചു; My dear little lad! How do you feel now? Feel more comfort? ഇത്രയും പറഞ്ഞ് അവർ പോകാൻ ഭാവിച്ചപ്പോൾ അവൻ അവരുടെ രണ്ടു കൈകളിലും പിടിച്ചുകൊണ്ട് സന്തോഷത്തിന്റെയും സ്നേഹത്തിന്റെയും നന്ദിയുടെയും നീർത്തുള്ളികൾ നിറഞ്ഞ കണ്ണുകൾ വിടർത്തി ആശ്ചര്യത്തോടെ വിനയത്തോടെ ചോദിച്ചു.

Are you an Angel?Where did you come from? How did you feel my need? You are my Goddess. ബാലന്റെ ഈ ചോദ്യങ്ങൾ കേട്ട് ആ വനിത കോൾമയിർക്കൊണ്ടു. ഒന്നു ചിരിച്ച് അവന്റെ തോളിൽ പിടിച്ച് തട്ടിയശേഷം അവർ നടന്നുപോയി.

കുഞ്ഞു മനസ്സിന്റെ ആഗ്രഹം ഇവിടെ നാം കാണുന്നു. ആ കുഞ്ഞു മനസ്സിന്റെ ഏകാഗ്രമായ പ്രാർത്ഥന, അവൻ ദൈവത്തോടാണ് പ്രാർത്ഥിച്ചത്. അപ്പോൾ ദൈവം ഏതൊക്കെയോ രൂപത്തിൽ നമ്മുടെ മുമ്പിൽ പ്രത്യക്ഷപ്പെടും എന്നുള്ളത് തീർച്ച. അതി ശീത കാലത്ത് തണുത്ത് വിറങ്ങലിച്ചു കടയിലേക്ക് നോക്കിനിന്ന ആ അനാഥപ്പയ്യനെ ആര് ശ്രദ്ധിക്കാൻ? ആ വഴി കടന്നുപോയവരാരും ബാലനെ കാണുകയോ, ഗൗനിക്കുകയോ ചെയ്യുന്നില്ല. വേദനയിലും പ്രയാസത്തിലും കഴിയുന്നവർ നമ്മുടെ കൺമുമ്പിൽ ഉണ്ടെ ങ്കിലും നമുക്ക് അവരെ ഒന്നു നോക്കാൻ സമയമില്ല, മനസ്സില്ല എന്നതല്ലേ സത്യം? സ്നേഹസമ്പന്നയും ഉദാരമതിയുമായ ആ വനിത ആദരിക്കപ്പെടേണ്ടവൾ തന്നെ. ഒരു മാതാവിന്റെ ആർദ്രതയും കരുതലും നിറഞ്ഞ അവരുടെ പ്രവൃത്തി നമുക്കെല്ലാം മാതൃകയാണ്. ഹൃദയ മലിഞ്ഞാൽ മാത്രം പോരാ, ശുശ്രൂഷയ്ക്കായി കരങ്ങൾ നീട്ടണം. ആവശ്യങ്ങൾ നിറവേറ്റാൻ മണിപേഴ്സ് തുറക്കുകയും വേണം. ആ ബാലന്റെ വഴിയിൽ അവർ ദൈവ ത്തിന്റെ മാലാഖ തന്നെ, ദൈവം അയച്ച മാലാഖ. !!

41. കിട്ടുന്ന അവസരം ഉപയോഗപ്രദമാക്കാം

ഒരിക്കൽ ഒരിടത്ത് ഒരു ഗുരു പ്രാർത്ഥനയും ധ്യാനവും ഒക്കെയായി നദീതീരത്ത് കുടിൽ കെട്ടി താമസിക്കുകയായിരുന്നു. ഒരേ ഒരു ശിഷ്യൻ മാത്രമേ കൂടെ താമസമുള്ളൂ. അവന്റെ പേര് ശിവ. മറ്റുള്ളവർ എല്ലാം വന്നു പോകുന്നവർ. അങ്ങനെയിരിക്കേ ഗുരുപുണ്യം തേടി ഒരു തീർത്ഥയാത്ര പുറപ്പെടുവാൻ തീരുമാനിച്ചു. കൂടെയുള്ള ഏകശിഷ്യനെ എല്ലാം ചുമതലപ്പെടുത്തി യാത്രയാകാനാണ് ഗുരു ഉദ്ദേശിക്കുന്നത്. ആശ്രമത്തിലെ എല്ലാ കാര്യ ങ്ങളും ഉത്തരവാദിത്വത്തോടെ നോക്കിക്കൊള്ളാം എന്ന് ശിഷ്യനായ ശിവ സമ്മതിക്കു കയും ചെയ്തു. സന്തോഷപൂർവ്വം ശിവ ഗുരുവിനെ യാത്രയാക്കി.

ഒരു ദിവസം കുളി കഴിഞ്ഞ് വന്ന് ശിഷ്യൻ വസ്ത്രം മാറ്റാൻ നോക്കിയപ്പോൾ അത് എലി കരണ്ടിരിക്കുന്നതായി കണ്ടു. ആകെയുള്ള രണ്ടു വസ്ത്രങ്ങളിൽ ഒന്ന് ഉപയോഗ ശൂന്യ മായതിൽ അവന് വല്ലാത്ത വ്യസനം തോന്നി. എലി ശല്യം തീർക്കാൻ അവൻ പൂച്ചയെ വളർത്തി. പൂച്ചയ്ക്ക് താൻ കഴിക്കുന്ന ഭക്ഷണം കൊടുത്തിട്ട് ഒന്നും കഴിക്കുന്നില്ല. പാല് കൊടുത്തു നോക്കിയപ്പോൾ അതു മുഴുവനും നക്കിക്കുടിച്ചു. അപ്പോൾ ശിവ തീരുമാനിച്ചു. ഒരു പശുവിനെ വാങ്ങി വളർത്തിയാലോ എന്ന്! അങ്ങനെ പശുവിനെ വാങ്ങി വളർത്തു വാൻ തുടങ്ങി. അപ്പോൾ പിന്നെ പശുവിന് തീറ്റ കൊടുക്കുന്നതിനെപ്പറ്റി ആലോചിച്ചു. കുടി ലിൽ ചുറ്റുമുള്ള സ്ഥലം കിളച്ചൊരുക്കി! ആശ്രമത്തിൽ വന്നു പോകുന്നവരും ശിവയുടെ പരിശ്രമത്തിൽ ഉത്സാഹഭരിതരായി സഹായിച്ചു. കിളച്ചൊരുക്കിയ സ്ഥലത്ത് പുല്ല് വച്ചു പിടിപ്പിച്ചു. പുല്ല് തഴച്ചു വളർന്നു. പിന്നെയും കുറച്ചു സ്ഥലം ബാക്കിയുണ്ടായിരുന്നതിനാൽ മറ്റു വിളകൾ നട്ടു. കൂടുതൽ ആളുകൾ സഹകരിച്ചു. വിളകളിൽ നിന്നും നല്ലആദായം കിട്ടി. കൃഷിയിൽ സഹായിക്കാൻ രണ്ടുപേർ മുന്നോട്ടു വന്നു; അങ്ങനെ എല്ലാ കാര്യങ്ങളും വളരെ ഭംഗിയായി മുന്നോട്ടുപോയി.

കുറെ വർഷങ്ങൾക്കുശേഷം ഗുരു തിരിച്ചെത്തി. അദ്ദേഹം അതിശയിച്ചു പോയി. തന്റെ കുടിൽ കാണാനില്ല. കുടിലിരുന്ന സ്ഥലത്ത് മാളിക പോലൊരു വീട്. പരിസരമാകെ കൃഷിത്തോട്ടം. ഇതെല്ലാം കണ്ട് ഗുരു അത്ഭുതപ്പെട്ടു നിന്നുപോയി. ഗുരു എത്തിയിരിക്കുന്നതുകണ്ട് ശിഷ്യൻ ഓടിവന്നു പറഞ്ഞു. 'ഇതെല്ലാം എലി കരണ്ട എന്റെ വസ്ത്രം സംരക്ഷിക്കാൻ വേണ്ടി ചെയ്തതാണ്. '

നിയതമായ ലക്ഷ്യമുള്ളവർക്ക് അതുതന്നെ നേടിയെടുക്കണം എന്നു നിർബന്ധമു ണ്ടാവും. പരിശ്രമശീലം ഉള്ളവർക്ക് ഒന്നിനു പകരം മറ്റൊന്നു കിട്ടിയാലും അവർ സംതൃ പ്തിപ്പെടും. ലക്ഷ്യങ്ങളിൽ ഉറച്ചുനിൽക്കുന്നവർ സഞ്ചരിക്കുന്ന എല്ലാ വഴികളും ആ ലക്ഷ്യം ഉന്നം വച്ചുകൊണ്ടുള്ളതായിരിക്കും. മനസ്സ് പതറി വ്യതിചലിച്ചാൽ എല്ലാം തുടങ്ങിയിടത്തു തന്നെ നിൽക്കും. തുടങ്ങാൻ ആവേശം മതി; പക്ഷേ തുടരാൻ ആത്മബോധവും ലക്ഷ്യ ബോധവും വേണം. തുടങ്ങുമ്പോൾ ഒട്ടേറെപ്പേർ കൂടെയുണ്ടാവും. എന്നാൽ ആകസ്മികത കൾ വരുമ്പോൾ ആരും ഉണ്ടായെന്നു വരില്ല. തനിച്ചു നിൽക്കുമ്പോഴും തീരുമാനിച്ച വഴി കളിലൂടെ സഞ്ചരിച്ച് ലക്ഷ്യത്തിലെത്തുന്നതായിരിക്കും യാത്രികന്റെ അല്ലെങ്കിൽ സഞ്ചാരി യുടെ മിടുക്ക്.

42. നാവ് നോവാകരുത്

ലോകത്തിലെ ഏറ്റവും വിശിഷ്ടമായ വസ്തു നാവാണ്, അത് നന്നായി ഉപയോഗിച്ചാൽ മാത്രം. ഏറ്റവും കൊള്ളരുതാത്ത വസ്തുവും നാവാണ്, എങ്ങനെ? അതിനെ മോശമായി ഉപയോഗിച്ചാൽ.

ഒന്നിനെയും പൂർണ്ണമായും വിശുദ്ധമെന്നോ അശുദ്ധമെന്നോ വേർതിരിക്കാനാവുകയില്ലല്ലോ. നൽകപ്പെട്ടിരിക്കുന്ന അർത്ഥവും ഉപയോഗിച്ചിരിക്കുന്ന രീതിയുമനുസരിച്ച് എല്ലാറ്റിന്റെയും വില മാറി മറിയും. ഒരു തുള്ളിവെള്ളത്തിന് ചേമ്പിലയിലുള്ള വിലയല്ല; കുപ്പി വെള്ളത്തിനകത്തുള്ളതിന്. അതേ വൈശിഷ്ട്യമല്ല, ആമ്പൽപ്പൂവിൽ നിൽക്കുമ്പോഴുള്ളത്. എവിടെ എങ്ങനെ ഉപയോഗിക്കപ്പെടുന്നു എന്നതാണ് വിലനിലവാരം നിർണ്ണയി ക്കുന്നത്.

ഒരാൾ നന്നാകാനും നശിക്കാനും അയാളുടെ നാവ് തീരുമാനിച്ചാൽ മതി. എന്തു പറയണം എന്നതിനേക്കാൾ എന്തു പറയരുത് എന്ന തിരിച്ചറിവാണ്; നാവിന്റെ നിയന്ത്രണം സാധ്യമാക്കുന്നത്. പറയേണ്ടതു പറയാതിരിക്കുന്നതും പറയരുതാത്തത് പറയുന്നതും ഒരുപോലെ തെറ്റാണ്. ഒരേ കാര്യം എല്ലാവരോടും ഒരുപോലെ പറയാനാവില്ല. സംവാദകനെ നോക്കി ഇടപെടാൻ നാവിനാകണം. നാവ് നന്നാകണമെങ്കിൽ ഹൃദയം വിശുദ്ധമാകണം. കാരണം, നാക്കല്ല സംസാരിക്കുന്നത്, മനസ്സാണ്.

ശ്രീബുദ്ധൻ പറഞ്ഞിട്ടുണ്ട്, 'അർത്ഥശൂന്യമായ ആയിരം വാക്കുകളേക്കാൾ മികച്ച താണ് ശാന്തിദായകമായ ഒരു വാക്ക്. '

43. സർ സി. വി. രാമൻ; 'രാമൻ ഇഫക്ട്' അഥവാ 'രാമൻ പ്രഭാവം'

രാമനെന്നു കേട്ടാൽ എഴുത്തച്ഛന്റെ അദ്ധ്യാത്മരാമായണം കിളിപ്പാട്ടിലെ നായകനായ ശ്രീരാമനെയാകും ആദ്യം നമ്മുടെ ഓർമ്മകളിൽ വരിക! എന്നാൽ ഓർക്കുക, ലോക പ്രശസ്തിയാർജ്ജിച്ച മറ്റൊരു രാമനുണ്ട്. സർ ചന്ദ്രശേഖരവെങ്കിട്ടറാവു രാമൻ എന്ന മുഴുവൻ പേരുള്ള സി. വി. രാമൻ, എഫ്. ആർ. എസ്. ശാസ്ത്രത്തിലെ കണ്ടുപിടിത്തങ്ങളാണ് അദ്ദേഹത്തെ അനശ്വരനാക്കിയത്. നമ്മെ അത്ഭുതപ്പെടുത്തുന്നതായിരുന്നു അദ്ദേഹത്തിന്റെ ബാല്യം. പതിനൊന്നാം വയസ്സിൽ തമിഴ്നാട്ടിലെ തിരുച്ചിറപ്പള്ളി സ്കൂളിൽ നിന്നും മെട്രിക്കുലേഷൻ ഉയർന്ന മാർക്കോടെ പാസ്സായി. കേവലം പതിമൂന്നാം വയസ്സിൽ ബിരുദപഠനത്തിനായി കോളേജിൽ ചേർന്നു. കുട്ടിക്കാലം മുതലുള്ള ഗവേഷണതാത്പ്പര്യം രാമനെ 'ഇന്ത്യൻ അസോസിയേഷൻ ഫോർ കൾട്ടിവേഷൻ ഓഫ് സയൻസ്' എന്ന സ്ഥാപനത്തിന്റെ മേധാവിയാക്കി, പിന്നീട് ബാംഗ്ലൂരിലെ ഇന്ത്യൻ ഇൻസ്റ്റിറ്റ്യൂട്ട് ഓഫ് സയൻ സിന്റെ ഡയറക്ടർ സ്ഥാനം ഏറ്റെടുത്തു. 1948 ൽ ബാംഗ്ലൂരിൽ രാമൻ റിസർച്ച് ഇൻസ്റ്റിറ്റ്യൂട്ട് സ്ഥാപിച്ചു. രാമന്റെ ഭൗതികശാസ്ത്രത്തിലുള്ള ഗവേഷണതാത്പര്യം മൂലം അത് അന്തർദ്ദേശീയ അംഗീകാരമുള്ള ഒരു ഗവേഷണസ്ഥാപനമായി വളർന്നു.

കടലിനെന്താണ് നീലനിറം? എന്ന ചോദ്യത്തിന്റെ ഉത്തരം കണ്ടെത്തലാണ് രാമനെ നൊബേൽ സമ്മാനാർഹനാക്കിയത്. അതുവരെ വിശ്വസിക്കപ്പെട്ടിരുന്നതായ ആകാശമല്ല, കടൽവെള്ളം തന്നെയാണ് നീലനിറത്തിനു കാരണമെന്ന് ലോകത്തിനു മുന്നിൽ അദ്ദേഹം തെളിയിച്ചുകൊടുത്തു. സുതാര്യവസ്തുവിലൂടെ പുറത്തുവരുന്ന വർണ്ണപ്രകാശത്തെ 'രാമൻ സ്പെക്ട്രം' എന്നു വിളിച്ചുവരുന്നു. അദ്ദേഹത്തിന്റെ പ്രസിദ്ധമായ ഈ കണ്ടു പിടുത്തം 'രാമൻ ഇഫക്ട്' അഥവാ 'രാമൻപ്രഭാവം' എന്ന പേരിൽ ലോകമെമ്പാടും അറിഞ്ഞു തുടങ്ങി. ഈ തത്വം ഔദ്യോഗികമായി സ്ഥിരീകരിച്ച് രാഷ്ട്രത്തിന് സമർപ്പിച്ചത് 1928 ഫെബ്രുവരി 28 ന് ആയിരുന്നു.

ഭൗതിക ശാസ്ത്രത്തിൽ അദ്ദേഹം 1930 ൽ നൊബേൽ സമ്മാനം നേടി. 1954 ൽ ഭാരതത്തിന്റെ പരമോന്നത ബഹുമതിയായ 'ഭാരതരത്ന' നൽകി രാജ്യം അദ്ദേഹത്തെ ആദരിച്ചു. നൊബേൽ പ്രൈസായി കിട്ടിയ 40,000/- ഡോളർ ആ മഹാനായ ശാസ്ത്രജ്ഞൻ എന്തിനു ചെലവഴിച്ചു എന്നു നാം മനസ്സിലാക്കുമ്പോഴാണ് ആ അതുല്യപ്രതിഭയുടെ അടങ്ങാത്ത ഗവേഷണ പരീക്ഷണ തൃഷ്ണ നമുക്ക് ബോദ്ധ്യമാവുന്നത്. ആ തുകയ്ക്ക് വിലപിടിപ്പുള്ള രത്നങ്ങൾ വാങ്ങി. അണിഞ്ഞു നടക്കാനോ പ്രൗഢി കാട്ടാനോ ഒന്നു മായിരുന്നില്ല അവ വാങ്ങിയത്. പകരം രത്നങ്ങളിലൂടെ പ്രകാശം കടത്തിവിട്ടുള്ള പരീക്ഷണം അദ്ദേഹം തുടർന്നുകൊണ്ടേയിരുന്നു. ലോകം അറിയുന്ന ശാസ്ത്രജ്ഞനായി വളർന്ന, ശാസ്ത്രലോകത്തെ സിംഹരാജനായി മാറിയ സി.വി. രാമന്റെ സ്മരണാർത്ഥം എല്ലാ വർഷവും ഫെബ്രുവരി 28 ശാസ്ത്രദിനമായി നാം ആചരിയ്ക്കുന്നു.

44. ശരി മാത്രം ചെയ്യുന്നവർ എത്രപേർ?

ഒന്നാം കിട വിദ്യാഭ്യാസ സ്ഥാപനത്തിൽ നിന്ന് ഒരു വിദ്യാർത്ഥി ഒന്നാം റാങ്കോടെ പഠിച്ചിറങ്ങി, ജോലി അന്വേഷിച്ചു നടന്നപ്പോൾ പ്രശസ്തമായ ഒരു മരുന്നുകമ്പനിയിൽ ജോലി ലഭിച്ചു. മികച്ച ശമ്പളവും സുഖസൗകര്യവുമെല്ലാം ഉണ്ടായിരുന്നതുകൊണ്ട് വേറെങ്ങും ജോലി തേടിപോയില്ല. ഈ ഉദ്യോഗസ്ഥൻ മികവാർന്ന പ്രകടനമാണ് കമ്പനിക്കു വേണ്ടി കാഴ്ച വെച്ചത്. അതിന്റെ ഫലമായി കമ്പനിയുടെ ലാഭവും വർദ്ധിച്ചു.

പക്ഷേ, നിർഭാഗ്യമെന്നു പറയട്ടെ, അധികനാൾ കഴിയുംമുമ്പെ ഈ ആൾ കമ്പനി യിൽ നിന്നും രാജി വെച്ചു. ഇതൊരു വാർത്തയായി മാറി. കാരണം, ഈ ഉദ്യോഗസ്ഥന്റെ പ്രവർത്തനം മറ്റുള്ളവർക്ക് ഒരു മാതൃക എന്ന നിലയിൽ പരസ്യമായിരുന്നു. കമ്പനിയുടമയും ഈ രാജിക്കത്തിൽ അത്ഭുതപ്പെട്ടു. ബന്ധുക്കളും സുഹൃത്തുക്കളും എന്നു വേണ്ട, മാധ്യമ പ്രവർത്തകരടക്കമുള്ളവർ ഇദ്ദേഹത്തോടു ചോദിച്ചു, ഇത്രയും ഉയർന്ന സ്ഥാനത്തി രുന്ന താങ്കൾ എന്തുകൊണ്ടാണ് ജോലി ഉപേക്ഷിച്ചത്? അയാൾ പറഞ്ഞു, കമ്പനിയുടെ മരുന്നു നിർമ്മാണത്തിൽ ധാർമ്മിക പ്രശ്നങ്ങളുണ്ട്. മരുന്നുകൾ ധാരാളം പാർശ്വഫലങ്ങൾ സൃഷ്ടിക്കുന്നുണ്ട്. അവയ്ക്കുള്ള മരുന്നുകളും കമ്പനി ഉത്പാദി പ്പി ക്കുന്നുണ്ട്. ഈ വിഷയത്തിൽ ഈ മുതിർന്ന ഉദ്യോഗസ്ഥൻ മരുന്നു കമ്പനി ഉടമയുമായി പ്രതികരിച്ചെങ്കിലും ഫലമുണ്ടായില്ല. അദ്ദേഹം പറഞ്ഞു, എനിക്ക് മനസ്സമാധാനത്തോടെ ഉറങ്ങാൻ കഴിയുന്നില്ല. അതിനാൽ ഞാൻ രാജി വച്ചു.

അനന്തരഫലം എന്ത് എന്ന ചോദ്യത്തിന്റെ ഉത്തരത്തിൽ നിന്നാണ് ഓരോ കർമ്മത്തിന്റെയും അനുയോജ്യതയും പ്രയോജനവും തീരുമാനിക്കപ്പെടുന്നത്. തങ്ങൾ നിരന്തരം ചെയ്യുന്നപ്രവൃത്തികളിലൂടെയാണ് ഓരോരുത്തരും അവരവരായിത്തീരുന്നത്, ഈ പ്രവൃത്തിയുടെ ഉദ്ദേശ്യമെന്ത്? ഈ കർമ്മം എന്നെ എന്താക്കിത്തീർക്കും? ഇത് ആർക്കെങ്കിലും ഉപകാരപ്പെടുമോ, അതോ ഹാനികരമാകുമോ, ഇതു ചെയ്യാതിരുന്നാൽ എന്തെങ്കി ലും നഷ്ടം സംഭവി

ക്കുമോ തുടങ്ങിയ വിചാരങ്ങളിലൂടെയാകണം ഓരോ പ്രവർത്തനവും ആസൂത്രണം ചെയ്യേണ്ടത്.

കാര്യങ്ങൾ ശരിയായി ചെയ്യുന്നതും ശരിയായ കാര്യങ്ങൾ മാത്രം ചെയ്യുന്നതും തമ്മിൽ വ്യത്യാസമുണ്ട്. ഒരു കാര്യം ശരിയായി ചെയ്യുന്നതിൽ അതിന്റെ പ്രക്രിയ മാത്രമാണ് പ്രധാനം. ഉദ്ദേശ്യത്തിലോ ഫലത്തിലോ ശരി ഉണ്ടാകണമെന്നില്ല. ശരിയായ കാര്യം മാത്രം ചെയ്യണമെങ്കിൽ ലക്ഷ്യവും മാർഗ്ഗവും ഒരുപോലെ ശുദ്ധമാവണം.

ഏതു പ്രവൃത്തിയും ശരിയായി ചെയ്യുവാനറിയുന്നവരെ ആളുകൾ വിലയ്ക്ക് വാങ്ങും. നല്ല വില കൊടുത്തുകൊണ്ട് ഏത് അധർമ്മവും ചെയ്യാൻ പ്രേരിപ്പിക്കും. അമിത വരുമാനത്തിൽ കണ്ണ് മഞ്ഞളിക്കുന്നത് കൊണ്ട് വിനീതവിധേയരായി ചേർന്നു നിൽക്കാനേ കഴിയൂ. ശരി മാത്രം ചെയ്യുന്നവരെ ആർക്കും വാടകയ്ക്ക് എടുക്കാനാവുകയില്ല. സ്വന്തം മുൻഗണനകളിലൂടെയും ചിന്തകളിലൂടെയും മാത്രമേ അവർ സഞ്ചരിക്കുകയുള്ളൂ.

45. കൊച്ചു തിന്മയെ പൊറുക്കാം; പെരുത്ത നന്മകളെ ഓർക്കാം.

തന്റെ സേവകരെ ശിക്ഷിക്കാനും കൊല്ലാനുമാണ് രാജാവ് കാട്ടുനായ്ക്കളെ ഉപയോഗിച്ചിരുന്നത്. ഒരിക്കൽ ഒരു തെറ്റു ചെയ്ത സേവകനെ രാജാവ് വിളിപ്പിച്ചു. തന്നെ നായ്ക്കൾക്ക് എറിഞ്ഞു കൊടുക്കാൻ ഇട്ട ഉത്തരവ് അറിയിക്കാനായിരുന്നു ആ പാവത്തിനെ ക്ഷണിച്ച് അരികിൽ നിർത്തിയത്. ഉത്തരവ് സ്വീകരിച്ചുകൊണ്ട് സേവകൻ പറഞ്ഞു 'അങ്ങയോട് എനിക്കൊരു അപേക്ഷയുണ്ട്, അതു കേട്ടതിനുശേഷം അങ്ങ് എന്തു വേണമെങ്കിലും ചെയ്തോളു.' രാജാവ് സേവകന്റെ അപേക്ഷ കേൾക്കാനുള്ള ക്ഷമ കാട്ടി.

അയാൾ പറഞ്ഞു, 'പത്തുവർഷമായി ഞാൻ അങ്ങയെ സേവിക്കുന്നു; എന്നോടെന്തിനീ ക്രൂരത? എനിക്കൊരാഗ്രഹമുണ്ട്, ആ നായ്ക്കളുടെ കൂടെ പത്തു ദിവസം കഴിയാൻ എന്നെ അനുവദിക്കണം' രാജാവ് ആശ്ചര്യപ്പെട്ടു. ഇയാൾക്ക് എന്തു പറ്റി! എന്നാലും രാജാവ് സമ്മതം നൽകി.

സേവകൻ പത്തുദിവസം നായ്ക്കൾക്ക് ഭക്ഷണം നൽകുകയും അവയെ കുളിപ്പി ക്കുകയും കൂട് വൃത്തിയാക്കുകയും ഒക്കെ ചെയ്തു. അയാൾ ആവശ്യപ്പെട്ടിരുന്ന പത്തു ദിവസത്തെ അവധി തീർന്നു. യാതൊരു ദയയും കാണിക്കാതെ പതിനൊന്നാം ദിവസം രാജാവ് ആ സേവകനെ നായ്ക്കളുടെ കൂട്ടിലേക്ക് എറിഞ്ഞു അപ്പോൾ കണ്ട കാഴ്ച രാജാവിനെ അത്ഭുതപ്പെടുത്തി. ആ നായ്ക്കൾ കൂട്ടം ചേർന്ന് അയാളുടെ കാലുകൾ നക്കുകയും എന്തെന്നില്ലാത്ത സ്നേഹം പ്രകടിപ്പിക്കുകയും ചെയ്യുന്നതായിട്ടാണ് രാജാവ് കണ്ടത്. സേവകൻ പറഞ്ഞു. 'ഞാൻ ഈ നായ്ക്കളെ പരിചരിച്ചത് പത്തുദിവസം മാത്രം, എന്നിട്ടും അവ എന്നെ മറന്നില്ല. എന്നു മാത്രമല്ല സ്നേഹം കൊണ്ട് എന്നെ പൊതിയുകയുമായിരുന്നു. ഞാൻ പത്തു വർഷം അങ്ങയെ സേവിച്ചിട്ടും ഒരു തെറ്റു കണ്ടപ്പോൾ അങ്ങു എന്നെ മറന്നു.' ഇതെല്ലാം കേട്ട് രാജാവ് കുറെ നേരം സ്തബ്ധനായി നിന്നു. സേവകനെ എത്രയും പെട്ടെന്ന് മോചിപ്പിക്കാൻ ഉത്തരവിട്ടു.

രക്ഷപ്പെടുത്തിയ ആയിരം ഗോളുകളുടെ പേരിലല്ല, തെറ്റിയടിച്ച ഒറ്റ ഗോളിന്റെ പേരിലായിരിക്കും കളിക്കാർ വിമർശിക്കപ്പെടുക. തട്ടിയകറ്റിയ ഓരോ പന്തിനും കലങ്ങിയ നെഞ്ചിന്റെയും തകർന്ന ചെകിടിന്റെയും കാഴ്ച മങ്ങിയ നേത്രത്തിന്റെയും കഥകൾ പറയാനുണ്ടാകും. എങ്കിലും ഒരിക്കലിടറിയ പാദങ്ങളെക്കുറിച്ചും അങ്ങനെ നഷ്ടമായ വിജയ മുഹൂർത്തത്തെക്കുറിച്ചും മാത്രമാകും എല്ലാവരും സംസാരിക്കുക. എന്തിനാണ് നൂറ് നന്മ കൾ ചെയ്തവരുടെ ഒരു തെറ്റിനെ ഇത്രയധികം പഴിക്കുന്നത്. ? പ്രചരണ സാധ്യതയില്ലാ ത്തതുകൊണ്ട് ഒരു നന്മയും ചിലപ്പോൾ സംസാരവിഷയമാകില്ല. പരദൂഷണ സാധ്യതകൾ ഉള്ളതുകൊണ്ട് എല്ലാ കുറ്റങ്ങളും പറന്നുനടക്കും. ഒഴിവാക്കാനൊരു അവസരം കാത്തി രിക്കുന്നവർ ഒരു പിഴവിന്റെ പേരിൽ ആരെയും ഒഴിവാക്കും. പക്ഷെ ഒപ്പം നിർത്താൻ ആഗ്രഹിക്കുന്നവരും നല്ല മനസ്സുള്ളവരും ചെയ്ത ഒരു നന്മയെ മുറുകെ പിടിക്കും.

ഒരു മരവും ശിശിരകാലത്തിന്റെ പേരിൽ വെട്ടിമുറിക്കപ്പെടാൻ പാടില്ല. അത് അവർ ഇല പൊഴിക്കുന്ന കാലമാണ്. അന്നു തണൽ നൽകിയില്ല എന്ന കാരണത്താൽ അതിനു മുമ്പ് അവർ കൊണ്ട വെയിലിനെക്കുറിച്ച് നല്ലതുപോലെ ഓർക്കണം. കൊച്ചു തിന്മയെ പൊറുക്കാം, പെരുത്ത നന്മകളെ ഓർക്കാം. !!

46. വളർച്ചയിലേക്ക് എങ്ങനെ ചുവടുകൾ വെയ്ക്കാം.

വേദിയിൽ ഓരോരുത്തരുടെയായി പ്രസംഗങ്ങൾ നടക്കുകയാണ്. ഒരു പ്രസംഗകൻ മാത്രം സംസാരിച്ചതിനുശേഷം ഒരു ഡോളർ ഉയർത്തിക്കാട്ടി ഇപ്രകാരം പറഞ്ഞു; 'നിങ്ങളിൽ ആർക്കുവേണമെങ്കിലും ഈ ഡോളർ ഞാൻ നൽകാം, എഴുന്നേറ്റു വരൂ. !' പക്ഷെ ആരും തയ്യാറായില്ല, ഈ ചെറിയ തുക വാങ്ങാൻ. ഒരു ഡോളർ എന്ന നിസ്സാരതുകയെ ചിലർ അവഗണിച്ചു. ഇരിപ്പിടങ്ങളിൽ നിന്ന് എഴുന്നേൽക്കണമല്ലോ എന്നതുകൊണ്ട് വേറെ ചിലർ അനങ്ങിയില്ല. ഒരു കുട്ടിക്ക് അൽപ്പം മനസ്സുതോന്നി എഴുന്നേറ്റു പോകാൻ തുടങ്ങി യപ്പോൾ അമ്മ വിലക്കി. 'മറ്റുള്ളവർ കണ്ടാൽ നാണക്കേടാകും, അവിടെയിരിക്ക്. ' കുറച്ചു കഴിഞ്ഞപ്പോൾ പിറകിൽ നിന്ന് ഒരു വയോധിക എഴുന്നേറ്റു വന്ന് ആ ഡോളർ വാങ്ങി. പ്രസംഗകന് സന്തോഷമായി. അദ്ദേഹം തുടർന്നു-മുന്നിൽ വരുന്ന അനുഗ്രഹങ്ങളെ സ്വീകരിക്കാനുള്ള വിമുഖതയാണ് വളർച്ച മുരടിക്കാൻ കാരണം. ഒരു ചെറിയ കാര്യത്തിന് മുതിരാൻ പോലും വല്ലാതെ ആലോചിക്കുന്നു ജനം.

സ്വയം നിർമ്മിക്കുന്ന നിബന്ധനകൾക്കുള്ളിൽ നിന്നും പുറത്തു കടക്കാതെ ഒരാളും വളരില്ല. അവനവൻ കെട്ടിപ്പൊക്കിയ ധാരണകളുടെയും തീരുമാനങ്ങളുടെയും മതിലിനുള്ളി ലാണ് ഓരോരുത്തരും ജീവിക്കുന്നത്. അവയ്ക്ക് വിപരീതമായി പ്രതികരിക്കാൻ പലർക്കുമറിയില്ല. പതിയെ വളരണം, ചെടി വളരുന്നതുപോലെ; അദൃശ്യമായി നിരന്തരം. വളർച്ചയ്ക്ക് അനുകൂലമായ ഒരു ചുവടും അവഗണിക്കരുത്. ഒരു രാത്രികൊണ്ടോ പകലു കൊണ്ടോ വളർന്നു വലുതാകുന്നതിൽ അനുഭവക്കുറവിന്റേയും അസ്ഥിരതയുടേയും വിടവുകൾ കാണും. ചെറിയ ചുവടുകളിലൂടെയുള്ള വളർച്ച അടുത്ത പടിയിലേക്കുള്ള അറിവും അനുഭവവും സമ്മാനിക്കും; ഒരു ചെറിയ അംഗീകാരം പോലും അപ്രധാനമെന്നു കരുതി സ്വീകരി ക്കാതിരിക്കരുത്. രണ്ടുകൈയും നീട്ടി വാങ്ങുക തന്നെ വേണം. ഒരിക്കൽ

വളർന്നു പടർന്നു പന്തലിച്ചു നിൽക്കുമ്പോൾ നമുക്കു മനസ്സിലാകും, വളർച്ച എത്ര സാവധാനവും ദൃഢവു മാണെന്ന്. സ്വന്തം ഇരിപ്പിടങ്ങളുടെ സുഖാനുഭൂതിയിൽ നിന്ന് അല്പം പോലും വ്യതി ചലിക്കാതെ പുതിയ നേട്ടങ്ങൾ കൊയ്തെടുക്കാൻ സാധ്യമല്ല.. കാതടച്ച്, കണ്ണടച്ച് മുന്നോട്ടു നീങ്ങുന്നവർക്ക് മുന്നിൽ പുതിയ വാതിലുകൾ തുറക്കപ്പെടും.

'ഉണ്ടുനിറഞ്ഞവനു തേൻപോലും മടുപ്പുണ്ടാക്കുന്നു. , വിശക്കുന്നവന്- കയ്പും മധുരമായി തോന്നുന്നു. '

47. സഹജീവികൾക്ക് ആശ്വാസം പകരുന്നതെന്തും ദാനം തന്നെ

ഒരിക്കൽ പരമദരിദ്രനായ ഒരാൾ ദൈവത്തോട് പരാതി പറഞ്ഞു, 'നീ സർവ്വശക്ത നാണല്ലോ, ആർക്കും എന്തും നൽകാൻ കഴിയുന്നവൻ. നീ ധാരാളമാളുകളെ വേണ്ടുവോളം സമ്പത്തു നൽകി സഹായിക്കുന്നു. പക്ഷെ എന്റെ കാര്യം നിന്റെ ഓർമ്മയിൽ വരുന്നതേ യില്ല. ഞാനാണ് ഈ ലോകത്തിലെ ഏറ്റവും വലിയ ദരിദ്രൻ. ' ദൈവം ഇതിനി ങ്ങനെ മറുപടി പറഞ്ഞു. 'നീ വലിയ പിശുക്കനായതുകൊണ്ടാണ് നിനക്ക് ഞാൻ ധാരാളം പണം നൽകാതിരുന്നത്. ' അപ്പോൾ പിശുക്കന്റെ മറുപടി 'സമ്പത്ത് ഉണ്ടെങ്കിലല്ലേ ദാനം ചെയ്യുകയും ഉദാരത കാണിക്കുകയും ഒക്കെ ചെയ്യാൻ പറ്റൂ. പരമ ദരിദ്രനായ എന്നെ അങ്ങ് എങ്ങനെയാണ് പിശുക്കനെന്നു പറയുന്നത്. ' പ്രത്യുത്തരമായി ദൈവം ചോദിച്ചു, 'നിനക്ക് ഞാൻ രണ്ട് കൈകൾ തന്നില്ലേ? അതുകൊണ്ട് നീ ആർക്കെങ്കിലും എന്തെങ്കിലും ഉപകാരം ചെയ്തുകൊടുത്തോ? ഞാൻ നിനക്ക് രണ്ടു കാലുകൾ തന്നില്ലേ. ? അവ ഉപയോഗിച്ച് നീ ആരെയെങ്കിലും സഹായിക്കാൻ അല്പദൂരമെങ്കിലും നടന്നുവോ?നിനക്ക് ഞാൻ ചുണ്ടിണകളും നാവും നൽകിയില്ലേ? അവ ഉപയോഗിച്ച് നീ ആരെയെങ്കിലും വാക്കുകൾ കൊണ്ട് ആശ്വസിപ്പിച്ചുവോ? നിനക്ക് ഞാൻ കണ്ണിണകൾ നൽകിയില്ലേ?, അവ കൊണ്ട് നീ ആരെയെങ്കിലും കരുണാർദ്രമായി ഒന്നു നോക്കിയോ? ഞാൻ നിനക്ക് മുഖം തന്നില്ലേ, പുഞ്ചിരിയിലൂടെ നീ ആർക്കെങ്കിലും സന്തോഷം സമ്മാനി ച്ചോ? ഞാൻ നൽകിയ ഈ അനുഗ്രഹങ്ങളൊന്നും മറ്റുള്ളവർക്കായി ഉപയോഗിക്കാത്ത നിന്നെക്കാൾ പിശുക്കനായി വേറെ ആരുണ്ട്? ഇത്രയും കേട്ടപ്പോൾ ദരിദ്രന് ഉത്തരം മുട്ടി പ്പോയി.

സഹജീവികൾക്ക് ആശ്വാസം പകരുന്ന തെന്തും മഹത്തായ ദാനമാണ്, ധർമ്മമാണ്, പുണ്യകർമ്മമാണ്. വേണ്ടപ്പെട്ടവരുടെ വിയോഗം നമ്മെയൊക്കെ വേദനിപ്പിക്കുന്നു, മാതാപിതാക്കൾ, മക്കൾ, ഭാര്യാഭർത്താക്കന്മാർ, സഹോദരി സഹോദരന്മാർ ഇവരി

ലാരുടെയെ ങ്കിലും വേർപാടിൽ നാം ദു:ഖിക്കുന്നു. മരണം അകാലത്താണെങ്കിൽ ദു:ഖം താങ്ങാനാകാതെ വിങ്ങിപ്പൊട്ടിക്കരയുന്നു. ഇത്തരം സന്ദർഭങ്ങളിൽ ആശ്വാസവചനവുമായി നമ്മെ സമീപിക്കുന്നവർ നമുക്കു തരുന്ന സമാധാനവും സ്വസ്ഥതയും വളരെ വലുതാണ്. ജാതിമത ചിന്ത കളെ മനസ്സിൽ കൂട്ടാതെ മരണവീട് സന്ദർശിച്ച് വീട്ടുകാരെ സമാശ്വസിപ്പിക്കുന്നതും മഹ ത്തായ ഒരു പുണ്യകർമ്മം തന്നെയാണ്.

48. ഒരാൾ ചിന്തിക്കുന്നതുപോലെ തന്നെ മറ്റുള്ളവരും ചിന്തിക്കണോ!

രാജാവ് ഒരിക്കൽ അസുഖബാധിതനായി. അസുഖം മാറുന്നതിന് പാലുപയോഗി ച്ചുള്ള ചികിൽസയാണ് കൊട്ടാരം വൈദ്യൻ നിർദേശിച്ചത്. വിവിധയിനം പശുക്കളുടെ പാൽ സംഭരിച്ചാലും അതിൽ അപാകതയില്ല എന്ന് വൈദ്യർ ഓർമ്മപ്പെടുത്തി. രാജ്യത്ത് പാൽ സംഭരണയജ്ഞം ആരംഭിച്ചു. കൊട്ടാരമുറ്റത്തുവെച്ചിട്ടുള്ള വലിയ പാത്രത്തിൽ എല്ലാ വീട്ടുകാരും പാൽ കൊണ്ടുവന്ന് ഒഴിക്കണം. നിർദ്ദിഷ്ട ദിവസം രാത്രിയിലാണ് ഇതു ചെ യ്യേണ്ടത്.

എല്ലാവരും പാൽ ഒഴിക്കുമ്പോൾ ഒരാൾ മാത്രം കുറച്ച് വെള്ളം ഒഴിച്ചാലും ആരും അറിയില്ലല്ലോ എന്നാണ് ഒരുവൻ ചിന്തിച്ചത്. ആ ഗൃഹനാഥൻ ഒരു മടിയുമില്ലാതെ കൊട്ടാര മുറ്റത്തു വെച്ച വലിയപാത്രത്തിൽ പാലിനുപകരം വെള്ളമൊഴിച്ചു. എല്ലാ വീട്ടുകാരും രാജപ്രീതിക്കുവേണ്ടി ഈ പാൽ സംഭരണയജ്ഞത്തിൽ പങ്കെടുത്തു. അടുത്ത ദിവസം രാവിലെ രാജാവുംപരിവാരങ്ങളും വന്നു നോക്കിയപ്പോൾ പാത്രം നിറയെ വെള്ളം! ഒരാൾ ചിന്തിക്കും പോലെ മറ്റുള്ളവരും ചിന്തിക്കുകയും പ്രവർത്തിക്കുകയും ചെയ്തു.

മൂന്നുതരം ആളുകളുണ്ട് സമൂഹത്തിൽ. എല്ലാവരും ചെയ്യുമ്പോൾ താൻ മാത്രം മാറിനിൽക്കുന്നതു ശരിയല്ലല്ലോ എന്നു കരുതി പങ്കെടുക്കുന്നവർ, ആർക്കു വേണമെങ്കിലും ചെയ്യാമല്ലോ, പിന്നെ താനെന്തിനു ചെയ്യണം എന്നു ചിന്തിച്ച് ഒഴിഞ്ഞുമാറുന്നവർ, ഞാനല്ലെങ്കിൽ പിന്നെയാരു ചെയ്യും എന്നു കരുതി മുൻകൈ എടുത്തു പ്രവർത്തിക്കുന്നവർ. പങ്കാളിത്തപ്രവർത്തനം വിജയിച്ചാൽ അതിന്റെ സന്തോഷം എല്ലാവർക്കും ഉണ്ടാകും. എല്ലാ കാര്യങ്ങളും മറ്റാരുടെയെങ്കിലും ഉത്തരവാദിത്വം എന്നു കരുതുന്നവർ ജീവിതത്തോടുതന്നെ നിസ്സംഗത പുലർത്തുന്നവരായിരിക്കും. എല്ലാവരും മാറിനിൽക്കുമ്പോഴും മുന്നിട്ടിറങ്ങി പ്രവർത്തിക്കാൻ തയ്യാറുള്ളവരുള്ളപ്പോഴാണ് ഓരോ പ്രദേശവും അതിന്റെ ആവാസ വ്യവസ്ഥ പോലും നിലനിർത്തുന്നത്. കബളിപ്പിക്കാൻ വേണ്ടി ചിലരും, കബളിപ്പിക്കപ്പെ

ടാൻ വേണ്ടി വേറെ ചിലരും എന്ന അവസ്ഥ അധികകാലം നീണ്ടു നിൽക്കില്ല. വഞ്ചനയുടെ സംസ്കാരം രൂപപ്പെട്ട് എല്ലാവരും ഒരു നാൾ വഞ്ചിക്കപ്പെടുന്ന നിലയിലെത്തും.

ഒരാൾ മാത്രം കള്ളനായാൽ അയാളെ ശിക്ഷിക്കുകയോ തിരുത്തുകയോ ചെയ്യാം, എന്നാൽ നാട്ടിലുള്ളവരെല്ലാം കള്ളന്മാരായാലോ? ആരെ വഴി കാണിക്കാനാകും? ഒരു തെറ്റ് ഒരാൾ മാത്രം ചെയ്യുമ്പോൾ കുറ്റകൃത്യമെന്നും ഭൂരിഭാഗം ആളുകൾ ചെയ്യുമ്പോൾ സംസ്കാരമെന്നും വിശേഷിപ്പിച്ചാൽ ആ നാടിന്റെ അപചയം ചെറുക്കാൻ ഒരു രക്ഷകനുമാകില്ല. എല്ലാവരും തെറ്റ് ചെയ്യുമ്പോഴും ശരി പിന്തുടരണമെങ്കിൽ അസാധാരണ ധൈര്യവും നിശ്ചയദാർഢ്യവും ഉണ്ടാകണം.

49. പ്രതിഫലത്തിനാകരുത് പ്രവൃത്തി

'എനിക്ക് സർക്കസ് കാണണം' മകൻ ആഗ്രഹം അച്ഛനെ അറിയിച്ചു. രണ്ടുപേരും കൂടി സർക്കസ് കൂടാരത്തിലെത്തി. കയറിലൂടെ നടക്കുന്ന അഭ്യാസിയെക്കണ്ടു മകൻ ചോദിച്ചു -'അച്ഛാ, എങ്ങനെയാണ് അയാൾക്ക് ബാലൻസ് തെറ്റാതെ നടക്കാൻ കഴിയു ന്നത്?' അച്ഛൻ പറഞ്ഞു, 'മകനേ അതിനു നിരന്തരപരിശ്രമവും പരിശീലനവും വേണം.' 'കയ്യടി കിട്ടാനും പണത്തിനും വേണ്ടിയല്ലേ അയാളിങ്ങനെ ചെയ്യുന്നത്. ?' മകൻ ചോദിച്ചു. അതിന്റെ ഉത്തരം അച്ഛൻ പറഞ്ഞു, നീ പറഞ്ഞതു ശരിയാണ് പക്ഷെ കയറിൽ കൂടി നടക്കുന്നതിനിടെ ഒരു നിമിഷമെങ്കിലും തനിക്കു ലഭിക്കുന്ന പണത്തെക്കുറിച്ചോ പ്രശസ്തിയെക്കുറിച്ചോ ചിന്തിച്ചാൽ അയാൾ കയറിൽ നിന്ന് വീണു മരിക്കും.

രണ്ടു വിധത്തിൽ പ്രവർത്തിക്കുന്നവർ ഉണ്ട്. ചിലർ പ്രതിഫലത്തിനുവേണ്ടി; ചിലർ സംതൃപ്തിക്കുവേണ്ടി. ഏതെങ്കിലും രീതിയിലുള്ള പ്രതിഫലങ്ങളില്ലാതെ ഒരു പ്രവൃത്തിയും മുന്നോട്ട് നീങ്ങില്ല. അഭിനന്ദനമായോ ശമ്പളമായോ അംഗീകാരമായോ അതു ലഭിക്കണം. അങ്ങനെ ലഭിക്കുന്ന ഊർജ്ജത്തിൽ നിന്നാണ് തുടർന്നും ജോലികൾ ചെയ്യാനുള്ള, കർമ്മങ്ങൾ ചെയ്യാനുള്ള അഭിനിവേശം ഉടലെടുക്കുന്നത്. പക്ഷെ പ്രതിഫലം ലക്ഷ്യമാകരുത്, മാർഗം അഥവാ വഴി ആകണം ഉന്നം.

വേതനം ആത്യന്തിക ലക്ഷ്യമായാൽ വേതനത്തിനനുസരിച്ച് മാത്രമേ പ്രവർത്തി ക്കുകയുള്ളു. മെച്ചപ്പെട്ട കൂലിക്ക് മികച്ച പ്രകടനവും കുറഞ്ഞ കൂലിക്ക് മോശം പ്രകടനവും എന്നതായിരിക്കും വേതനം ലക്ഷ്യമാക്കുന്നവരുടെ നയം. അത്തരക്കാരിൽ നിന്ന് സൃഷ്ടി പരവും വിശ്വാസയോഗ്യവുമായ പ്രവൃത്തികൾ ഉണ്ടാകില്ല. പ്രതിഫലമല്ല പ്രവൃത്തിയുടെ ഗുണനിലവാരം തീരുമാനിക്കേണ്ടത്. പ്രവൃത്തിയുടെ ഗുണനിലവാരമാണ് പ്രതിഫലം തീരുമാനിക്കേണ്ടത്.

കണക്ക് പറഞ്ഞു കാര്യങ്ങൾ ചെയ്യുന്നവരുടെ കർമ്മങ്ങളിൽ പണത്തിന്റെ ഏറ്റ ക്കുറച്ചിലുകൾ നിഴലിക്കും. കർമ്മങ്ങൾ

വിലയിരുത്തിയതിനുശേഷം മാത്രം വില നിശ്ചയിക്കുന്നവർക്ക് അവർ അർഹിക്കുന്ന വില ലഭിക്കുകയും ചെയ്യും. അമൂല്യകർമ്മങ്ങൾക്ക് ആസ്വാദകർ തന്നെ വിശിഷ്ടവില നൽകും. സംതൃപ്തിക്ക് മുൻഗണന നൽകുന്നവർ തിരുത്തലുകൾക്കും പുനർനിർമ്മാണത്തിനും സ്വയം തയ്യാറാകും. ഏറ്റവും ശ്രേഷ്ഠമായ തിലെത്തിച്ചേരുന്നത് വരെ അവർ മിനുക്കു പണികൾ ചെയ്തുകൊണ്ടേയിരിക്കും.

ആത്മസംതൃപ്തിക്കുവേണ്ടി കർമ്മങ്ങൾ ചെയ്യുന്നവർക്ക് എന്തു വില കൊടുത്താലും പ്രശ്നമില്ല. കാരണം അവർ തങ്ങളുടെ ആത്മസാക്ഷാത്കാരത്തിനിട്ട വിലയാണത്. കച്ചവടത്തിനു വേണ്ടി കർമ്മ നിരതരാകുന്നവർ ലാഭത്തിനപ്പുറത്തേക്ക് സഞ്ചരിക്കില്ല.

50. രാജ്യത്ത് എത്ര കാക്കകൾ?

അക്ബർ ചക്രവർത്തിയുടെ ഒരു ചോദ്യം കൊട്ടാരത്തിലെ എല്ലാവരേയും കുഴക്കി. നമ്മുടെ ദേശത്ത് എത്ര കാക്കകളുണ്ട്? എല്ലാവരും ഉത്തരം കിട്ടാതെ പകച്ചുനിന്നു.

അപ്പോഴാണ് കൊട്ടാരസദസ്സിലേയ്ക്ക് ചക്രവർത്തിയുടെ വിശ്വസ്ത സേവകനും പണ്ഡിതനും ആയ ബീർബലിന്റെ വരവ്.

ബീർബൽ ഉത്തരം പറഞ്ഞു. 18210 (പതിനെണ്ണായിരത്തി ഇരുന്നൂറ്റിപ്പത്ത്) കാക്കകൾ.

അക്ബർ ചോദിച്ചു, അതു നിങ്ങൾക്കെങ്ങനെ കൃത്യമായി അറിയാൻ കഴിഞ്ഞു?

ബീർബൽ പറഞ്ഞു, സംശയമുണ്ടെങ്കിൽ എണ്ണി നോക്കിക്കോളൂ. ഞാൻ പറഞ്ഞതിൽ കൂടുതൽ ഉണ്ടെങ്കിൽ അതിനർത്ഥം ഇവിടെയുള്ള കാക്കകളുടെ ബന്ധു ക്കൾ അയൽദേശത്തു നിന്ന് സന്ദർശനത്തിന് എത്തിയിട്ടുണ്ട് എന്നാണ്, എണ്ണം കുറവാണെങ്കിൽ അതിനർത്ഥം കുറച്ചുപേർ അയൽനാടു കാണാൻ പോയിട്ടുണ്ട് എന്നും.

ശരിയായ ഉത്തരം ഉണ്ടാവുക എന്നതിനേക്കാൾ പ്രധാനമാണ് ഉടനെയൊരു ഉത്തരമുണ്ടാവുക എന്നത്. സാഹചര്യങ്ങൾക്കും വിശദീകരണങ്ങൾക്കും സമീപനങ്ങൾക്കും അനുസരിച്ചാണ് ശരിതെറ്റുകളുടെ നിലനിൽപ്പ്.

പലരും ഉത്തരം പറയാത്തതിന്റെ കാരണം അറിവില്ലായ്മയല്ല:ആത്മ വിശ്വാസമില്ലായ്മയാണ്. ശരിമാത്രമേ പറയാവൂ, തെറ്റുപറഞ്ഞാൽ അവഹേളിതരാകും എന്ന പാരമ്പര്യനിയമത്തെ മുറുകെപ്പിടിച്ച് അടങ്ങിയൊതുങ്ങി ഇരിക്കാനാണ് പലർക്കും താ ത്പര്യം. തെറ്റുവരുത്താനുള്ള ധൈര്യത്തിൽ നിന്നാണ് ശരികളുടെ നടപ്പാത രൂപ പ്പെടുന്നത്. ശരിയായ ഉത്തരം പറയാൻ പരിശീലിക്കുന്നതിനോടൊപ്പം ചോദ്യങ്ങൾക്കു മുന്നിൽ പകച്ചു നിൽക്കാത്ത മനസ്ഥിതി രൂപപ്പെടുകയും വേണം. ഓരോന്നിനും അർഹിക്കുന്ന മറുപടി നൽകുന്നതിലാണ് ഉത്തരം പറയുന്നവന്റെ മിടുക്ക്. എല്ലാ ചോദ്യ

ങ്ങൾക്കും ഒരേ പ്രാധാന്യവും പ്രസക്തിയുമല്ല ഉണ്ടാകുക. ഉത്തരം കിട്ടാൻ വേണ്ടിയും ഉത്തരം മുട്ടിക്കാൻ വേണ്ടിയുമുള്ള ചോദ്യങ്ങളുണ്ടാകും. അതു തിരിച്ചറിഞ്ഞ് ഉചിതമായി പ്രതികരിക്കാനുള്ള ചടുലതയാണ് വേണ്ടത്.

സുഭാഷിതം - 1

'ലഭിച്ചതുകൊണ്ട് തൃപ്തരാകുക' എന്നൊരു ചൊല്ലുണ്ട്. അതായത് നമുക്ക് എന്തു കിട്ടുന്നോ അതുകൊണ്ട് സംതൃപ്തിപ്പെടുക. ഇതു നാം ഓരോരുത്തരുടേയും ജീവിതവു മായി ബന്ധപ്പെടുത്തി നോക്കിയാൽ എത്ര മാത്രം ശരിയാണെന്നു നോക്കാം.

ഒരമ്മയ്ക്ക് രണ്ട് ആൺമക്കൾ ഉണ്ട്. ഇതിൽ ഒന്നാമൻ, അതായത് മൂത്തവൻ എപ്പോഴും സന്തോഷവാനും എല്ലാവരോടും നല്ലതുപോലെ പെരുമാറുന്നവനുമാണ്. രണ്ടാ മൻ പരാതിക്കാരനാണ്. എന്തു കിട്ടിയാലും അതിൽ ഒരു ന്യൂനത കണ്ടെത്തും. അതായത് പോസിറ്റീവ് ചിന്താഗതി അവനു വളരെക്കുറവ്. രണ്ടാമന്റെ ഈ സ്വഭാവം മാറ്റാൻ എന്തു ചെയ്യണമെന്ന് മാതാപിതാക്കൾ ആലോചിച്ചു. അവർ ഒരു മനഃശാസ്ത്ര ജ്ഞനെ സമീപിച്ചു. അദ്ദേഹം ചില കുറുക്കുവഴികൾ അവർക്ക് ഉപദേശിച്ചു കൊടുത്തു. അതായത് ജന്മദിന ത്തിൽ രണ്ടു മക്കൾക്കും അച്ഛനമ്മമാർ സമ്മാനം പ്രഖ്യാപിച്ചു. ഒന്നാമന് ഒരു പെട്ടിയിൽ കുറച്ചു വിത്തുകളും ചാണകപൊടിയും നൽകി. രണ്ടാമന് കൊടുത്തത് വില കൂടിയ ലാപ്ടോപ്പ് ആണ്. ഒന്നാമൻ പെട്ടിതുറന്നു നോക്കി; അവൻ ഉത്സാഹപൂർവ്വം അതു സ്വീകരിച്ചു പറഞ്ഞു. 'ഹാ! ഇതു കൊള്ളാമല്ലോ; വ്യത്യസ്തതയുള്ള ഒരു സമ്മാനം, ഞാൻ വീടിനു ചുറ്റും പച്ചക്കറി തോട്ടം നിർമ്മിക്കും. ' രണ്ടാമൻ കിട്ടിയ സമ്മാനം തുറന്നു നോക്കിയ ഉടനെ ചോദിച്ചു, 'ഓ, ഇതൊക്കെ വാങ്ങുമ്പോൾ കുറച്ചുകൂടി പുതിയ മോഡൽ നോക്കി വാങ്ങികൂടെ' ഇതു കുറഞ്ഞ മോഡലാണെന്നു കണ്ട ഉടനെ അവൻ വിലയിരു ത്തുകയാണ്, അതിനെപ്പറ്റി വലിയ വിജ്ഞാനം (അറിവ്) ഒന്നും ഇല്ലെങ്കിൽപ്പോലും! അതായത് ഉടനടി തന്നെ അസംതൃപ്തി രേഖപ്പെടുത്തുകയാണ്; കൂടുതൽ ആലോചി ക്കാതെ തന്നെ

നാം ഒരു കാര്യം മനസ്സിലാക്കണം, എന്തു ലഭിക്കുന്നു എന്നതിലല്ല; ലഭ്യമായവയെ എങ്ങനെ വിനിയോഗിക്കുന്നു എന്നതിലാണ്, ഉപയോഗക്ഷമതയും ഉൽപ്പാദനശേഷിയും പ്രകടമാകുന്നത്. പരാതികൾ പറയുന്നതിന്റേയും കുറവുകൾ കണ്ടെത്തുന്നതിന്റേയും

പ്രധാനകാരണം, കൈവശം കിട്ടിയവയുടെ സാധ്യതകളെകുറിച്ചു ള്ള അവബോധമില്ലായ്മ യാണ്. ഉള്ളതുകൊണ്ട് എന്തു ചെയ്യണ മെന്നറിയാത്തവർ, എങ്ങനെ ജീവിക്കണമെന്നറി യാത്തവർ, ഇല്ലാ ത്തതിനെകുറിച്ച് പരിഭവം പറയും. ആഗ്രഹിക്കുന്നതെല്ലാം കിട്ടിയതി നുശേഷം എന്തെങ്കിലുമൊക്കെ തുടങ്ങണം എന്നു വിചാരിക്കുന്നവ രുമുണ്ട്. പക്ഷെ ഒന്നു മാകാതെ, എങ്ങും എത്താതെ അവസാനം വിട വാങ്ങേണ്ടിവരും. കിട്ടാത്തവയെ ക്കുറിച്ചുള്ള പരിദേവനം അല്ല; കിട്ടിയവയെകൊണ്ടുള്ള ഉത്സവമാകണം ജീവിതം. ദാനം കിട്ടുന്ന വയുടെ മികവ് നോക്കുന്നവർ സ്വന്തം കഴിവുകളെ തിരിച്ചറിയുന്ന വരല്ല. ഉള്ളതു കൊണ്ട് സംതൃപ്തിപ്പെട്ട് പതുക്കെപതുക്കെ ഉയര ങ്ങൾ കീഴടക്കാൻ ശ്രമിക്കണം. ആത്മ സംതൃപ്തി മനസ്സിന്റെ സമ്പ ത്താണ്. എന്തു ലഭിച്ചാലും; എത്ര ലഭിച്ചാലും തൃപ്തി വരാത്തത് മാനസിക വൈകല്യമാണ്. അതുപോലെ തന്നെ എന്തു ലഭിച്ചാലും അവയെ മറ്റുള്ളവർക്കുള്ളതിനോട് താരതമ്യം ചെയ്ത് വില കല്പി ക്കരുത്. അത് അറിവിന്റെ അഭാവമാണ്, മനസ്സിന്റെ ശൂന്യത യാണ്. അസംതൃപ്തി ഇല്ലാത്തവർ എന്തിനേയും മെച്ചപ്പെടുത്തും; കൈയ്യി ലുള്ളവയെ അവർ പരിഷ്ക്കരിക്കും; സ്വന്തം ബുദ്ധിയും ശ്രമവും ഉപയോഗിച്ച് രാകി മിനുക്കും. സംതൃ പ്തി എന്നത് ഒരു സമ്പത്താണ്. അത് ഓരോ മനുഷ്യന്റേയും ഉള്ളിൽ രൂപപ്പെടേണ്ട ഭാവമാണ്

ഒരുവന് സംതൃപ്തി കൈവന്ന മറ്റൊരു ഉദാഹരണം കൂടി പറയാം. എത്രയേറെ ധനം ഉണ്ടെങ്കിലും ഒന്നിലും സംതൃപ്തിയി ല്ലാതെ ജീവിതം തള്ളിനീക്കുന്നവന് ഒരിക്കലും ഉറക്കം വരികയി ല്ല. ധാരാളം സ്വത്തുക്കളും ബാങ്ക് ബാലൻസും ഉള്ള ഒരു ധനികൻ പുലർച്ചെ രണ്ടുമണിയായിട്ടും ഉറക്കം വന്നില്ല. കുറച്ചു കഴിഞ്ഞ പ്പോൾ കാറുമെടുത്ത് അയാൾ പട്ടണ ത്തിലേക്കിറങ്ങി ദേവാലയം കണ്ടപ്പോൾ പ്രാർത്ഥിക്കാൻ കയറി. അവിടെ അയാൾ കണ്ടത് കൈകൂപ്പി കരഞ്ഞു പ്രാർത്ഥിക്കുന്ന ഒരു വ്യക്തിയെയാണ്. അപ്പോൾ ധനികൻ അയാളോടു കാര്യമന്വേഷിച്ചു; അയാൾ പറഞ്ഞു'സഹോദരാ, എന്റെ ഭാര്യ ആശുപത്രിയിലാണ്, രാവിലെ ഓപ്പറേഷൻ നടന്നില്ലെങ്കിൽ അവൾ മരിക്കും. എന്റെ കൈയിൽ നയാപൈസയില്ല'. ധനികൻ തന്റെ പോക്കറ്റിലുണ്ടായിരുന്ന പണം അയാൾക്ക് നൽകി. ആവശ്യമുണ്ടെങ്കിൽ വിളിക്കണമെന്നും പറഞ്ഞു തന്റെ വിസിറ്റിംങ് കാർഡും നൽകി. അപ്പോൾ അയാൾ പറഞ്ഞു; അദ്ദേഹത്തിന്റെ മേൽവിലാസം എന്റെ കയ്യിലുണ്ട്. അദ്ഭു തത്തോടെ ധനികൻ ചോദിച്ചു, ആരുടെ? പുലർച്ചെ മൂന്ന് മണിക്ക്

അങ്ങയെ ഇവിടെ എത്തിച്ച ഈശ്വരന്റെ! ധനികന് സംതൃപ്തി യായി; സന്തോഷമായി, മനസ്സ് നിറഞ്ഞ് വീട്ടിലെത്തിയ ആ ധനികൻ സുഖമായി ഉറങ്ങി. സൂക്ഷിക്കാനും നിക്ഷേപിക്കാനും മാത്രമുള്ളത ല്ല സമ്പാദ്യം. അനുയോജ്യമായ സ്ഥലത്തും സമയത്തും ചെലവഴി ക്കുമ്പോഴാണ് അതിന്റെ മൂല്യം വർദ്ധി ക്കുന്നത്.

സുഭാഷിതം - 2

ഈ ലോകം മുഴുവൻ നിറഞ്ഞു നിൽക്കുന്നത് അക്ഷരജ്ഞാനം ആണ്. 'അക്ഷരം' എന്ന വാക്കിന്റെ അർത്ഥം ക്ഷരം ഇല്ലാത്തത്. അതായത് നാശം ഇല്ലാത്തത് എന്നാണ്. അക്ഷരങ്ങളിൽ നിന്നും വാക്കുകൾ ജനിക്കുന്നു. വാക്കുകൾ ചേരുമ്പോൾ വാചകങ്ങൾ ഉണ്ടാകുന്നു. മനസ്സിൽ അറിവിന്റെ അക്ഷരമാല നിറയുമ്പോൾ നാം ആദ്യം അവ നാവിൽ കുറിച്ചിടുന്നു. ശേഷം പറഞ്ഞു നോക്കുന്നു, പിന്നീട് അവയെ മറ്റുള്ളവർക്ക് പകരാനായി കടലാസുകളിൽ എഴുതി വയ്ക്കുന്നു.

ലോകത്തിലെ ഏറ്റവും വിശിഷ്ടമായ വസ്തു നാവ് ആണ് നന്നായി ഉപയോഗിച്ചാൽ; ഏറ്റവും കൊള്ളരുതാത്ത വസ്തുവും നാവ് തന്നെ, മോശമായി ഉപയോഗിച്ചാൽ നാവ് ആണ് ഈ ലോകത്തിന്റെ സമസ്ത മേഖലകളിലും പ്രവർത്തിക്കുന്നത്. നാവിൽനിന്നും നല്ല ഭാഷ തന്നെ വരണം. നമ്മുടെ ഭാഷ നമ്മുടെ സംസ്കാരമാണ്. ഓരോ സംസാര രീതിക്കും നമ്മുടെ മനസ്സിനെ സ്വാധീനിക്കാൻ കഴിയും. ഭാഷയാണ് നമ്മെയൊക്കെ കൂട്ടിയിണക്കുന്ന കണ്ണി. ഹൃദ്യമായ വാക്ക് തേനറ പോലെയാണ്. അത് ആത്മാവിന് മധുരവും ശരീരത്തിന് ആരോ ഗ്യവും പ്രദാനം ചെയ്യും. എന്നാൽ നാം കാണുന്നു, ചില സന്ദർഭങ്ങളിൽ ചിലരുടെ നാവിന് അണുബോംബിന്റെ ശക്തിയാണ് ഉള്ളത്, കാരണം അത്തരക്കാർ നാവിനെ മോശമായി ഉപയോഗിക്കുന്നു എന്നതാണ്. ജീവിതത്തിന് സർവ്വനാശം വരുത്തുന്നതിന് കാരണഭൂത മാകുന്നത് മനുഷ്യന്റെ കോപം മൂലമുള്ള നാക്കുപിഴവാണ്, ഒരു നിമിഷത്തെ വൈകാരി കത, ഒരു നിമിഷത്തെ പക്വതയില്ലായ്മ എല്ലാ അനർത്ഥങ്ങളും വരുത്തിവയ്ക്കുന്നു.

ഭാഷാ പ്രയോഗത്തിലൂടെ ഒരു വ്യക്തിയെ നമുക്ക് ഏറെക്കുറെ മനസ്സിലാക്കാൻ സാധിക്കും. കാരണം ഭാഷ സംസ്കൃതിയുടെ ആഴങ്ങൾ അളക്കുന്ന മുഴക്കോലാണ്. ഒരു ജനതയുടെ സാംസ്കാരിക മാധ്യമം ഭാഷ തന്നെയാണ്. കാവ്യം ആയാലും കവിത ആയാലും,

ഗദ്യ പദ്യങ്ങൾ ആയാലും, കലയായാൽ പോലും ഭാഷയിലൂടെ നാം കണ്ടും കേട്ടും വായിച്ചും പഠിച്ചും അനുഭവിച്ചും സംസ്കാര സമ്പന്നരാകുന്നു. ഭാഷയിൽ സൗന്ദര്യബോധം ഉണ്ട്. ഒരാൾ നന്നാകാനും നശിക്കാനും അയാളുടെ നാവു തീരുമാനിച്ചാൽ മതി. നാവിൽ നിന്നു വരുന്ന വർത്തമാന ദൂഷ്യം കൊണ്ട് എത്രയോ കുടും ബങ്ങൾ തമ്മിലുള്ള സ്നേഹ ബന്ധങ്ങൾ, രക്തബന്ധങ്ങൾ ആണ് ഉലയുന്നത്. ! പറഞ്ഞു പോയ വാക്കും തൊടുത്തു വിട്ട അമ്പും തിരിച്ചെടുക്കുക സാധ്യമല്ലല്ലോ. എന്തു പറയണം എന്നതിനെക്കാൾ എന്തു പറയരുത് എന്ന തിരിച്ചറിവാണ് നാവിന്റെ നിയന്ത്രണം സാധ്യ മാക്കുന്നത്. പറയേണ്ടതു പറ യാതിരിക്കുന്നതും പറയരുതാത്തത് പറയുന്നതും ഒരു പോലെ തെറ്റാണ്. വാക്കുകളുടെ വാചാലതയിൽ മുക്കി കേൾവിക്കാരുടെ മനസ്സു മാറ്റാൻ കഴിവുള്ള വ്യക്തികളേയും നാം കാണുന്നു. വാക്കുകൾ അമ്പുപോലെ ഹൃദയത്തിൽ ആഞ്ഞു തറയ്ക്കുമ്പോഴാണ് മറുവശത്ത് നിന്ന് ചിലർ പ്രതികരിച്ചു പോകുന്നത്. തുഞ്ചത്തു രാമാനുജൻ എഴുത്തച്ഛന്റെ അദ്ധ്യാത്മരാമായണം കിളിപ്പാട്ടിലെ 'മന്ഥര' എന്ന ഒറ്റ കഥാപാത്രത്തിന്റെ നാവിലെ മായാജാലം കൊണ്ടല്ലേ സുന്ദരിയും സുശീലയുമായിരുന്ന ദശരഥപതി കൈകേയി രാജ്ഞിയുടെ മനസ്സിനെ ഇളക്കിമറിച്ച് കോപാഗ്നിയിൽ ജ്വലിപ്പിച്ചത്! അങ്ങനെ എത്ര യെത്ര കഥകൾ നമുക്കറിയാം, പുരാണങ്ങളിലും ചരിത്രങ്ങളിലും ഒക്കെയായി.

ഒരേ കാര്യം എല്ലാവരോടും ഒരു പോലെ പറയാനാകില്ല, എന്ന കാര്യവും നാം ഓർക്കേണ്ടതുണ്ട്. സംവാദകനെ നോക്കി ഇടപെടാൻ നാവിനു കഴിയണം. വാക്കുകൾക്ക് ചില സ്ഥാനമാനങ്ങൾ ഉണ്ട്. ഒന്നിനേയും പൂർണ്ണമായി വിശുദ്ധമെന്നോ അശുദ്ധമെന്നോ തരം തിരിക്കാനാകില്ല. നൽകപ്പെട്ടിരിക്കുന്ന അർത്ഥവും ഉപയോഗിക്കപ്പെടുന്ന രീതിയുമനു സരിച്ച് എല്ലാറ്റിന്റേയും വില മാറിമറിയും. ഒരു തുള്ളി വെള്ളത്തിനു ചേമ്പിലയിലുള്ള വില യല്ല; കുപ്പി വെള്ളത്തിനകത്തുള്ളത്, അതേ വൈശിഷ്ട്യമല്ല ആമ്പൽപ്പൂവിൽ നിൽക്കു മ്പോഴുള്ളത്! എവിടെ എങ്ങനെ ഉപയോഗിക്കപ്പെടുന്നു എന്നതാണ് വില നിലവാരം നിർണ്ണയിക്കുന്നത്.

നാം മറ്റുള്ളവരുമായി ഇടപെടുമ്പോൾ മിതത്വം പാലിക്കണം. പ്രശ്നങ്ങൾ കൈ കാര്യം ചെയ്യുമ്പോൾ മുഴുവനായി കേട്ടുകഴിഞ്ഞതിനുശേഷം മാത്രമേ പ്രതികരിക്കാവൂ. കുട്ടികളോടും യുവാക്കളോടും ഉള്ള ഇടപെടൽ ആണെങ്കിൽ നമ്മുടെ പ്രോത്സാഹന വാക്കു കൾ അവർക്ക് ഒരു പോസിറ്റീവ് എനർജി പ്രദാനം ചെയ്യും. നീ ഉയരും,

വളരും, നന്നാകും, നിനക്കതിന് കഴിയും തുടങ്ങിയ വാക്കുകൾ കേട്ട് വളരുന്നവർക്ക് അത്ഭുതകരമായ അഭി വൃദ്ധി ഉണ്ടാകും

നാവ് നന്നാകണമെങ്കിൽ ഹൃദയം വിശുദ്ധമാകണം, കാരണം നാക്കല്ല സംസാ രിക്കുന്നത്, മനസ്സാണ്. ശ്രീ ബുദ്ധൻ പറഞ്ഞിട്ടുണ്ട്. 'അർത്ഥശൂന്യമായ ആയിരം വാക്കുകളെക്കാൾ മികച്ചതാണ് ശാന്തിദായകമായ ഒരു വാക്ക്.'

സുഭാഷിതം - 3

നാം നമ്മുടെ നിത്യജീവിതത്തിൽ പലരുടേയും സഹായം ഏറ്റു വാങ്ങുന്നുണ്ട്. വ്യക്തി കൾ തമ്മിലുള്ള ബന്ധങ്ങൾ തന്നെയാണ് യഥാർത്ഥസൗഹൃദം. നമ്മെ സഹായിക്കുന്നവരെ പ്രത്യേകം ഓർത്ത് തിരിച്ച് അവരെയും സഹായിക്കേണ്ട ഒരു കടമ നമുക്കുണ്ട്. എന്നാൽ എല്ലാവരും അങ്ങനെ ചെയ്യുന്നുണ്ടോ? ഇല്ല എന്നു തന്നെ പറയാം. ഒരു ചെറിയ ശതമാന ത്തെ മാറ്റിനിർത്തിയാൽ. നന്ദികേട് മനുഷ്യനെ മൃഗത്തേക്കാൾ തരം താഴ്ത്തും. ഏതൊരു വ്യക്തിയും ആഗ്രഹിക്കുന്നതാണ് താൻ ചെയ്ത കർമ്മത്തിന് ഒരു നന്ദി വാക്ക്; അതു പക്ഷെ പലരും മറന്നുപോകുന്നു.

മഹാത്മജി ഇന്ത്യയിലെ സ്വാതന്ത്ര്യ സമരത്തിൽ പങ്കെടു ക്കുന്നതിനു മുൻപ് ദക്ഷിണാ ഫ്രിക്കയിലായിരുന്നു. 'നത്താൾ' എന്ന സ്ഥലത്തു താമസിച്ചിരുന്ന അവസരത്തിൽ ഗാന്ധി ജി ഒരു ഹോട്ടലിൽ കയറി ഭക്ഷണം കഴിച്ചു. ബില്ലനുസരിച്ചു തുക കൊടു ത്തതിനുശേഷം അദ്ദേഹം ഹോട്ടലിലെ വെയ്റ്ററോട് പറഞ്ഞു. 'സുഹൃത്തേ, താങ്കളുടെ സേവനത്തിന് നന്ദി,' വെയിറ്റർ വികാരഭരിത നായി ഗാന്ധിജിയെ നോക്കി ഇങ്ങനെ പറഞ്ഞു. 'സർ, കഴിഞ്ഞ ഇരു പത്തിയഞ്ചു വർഷമായി ഞാൻ ഇവിടെ ജോലിചെയ്യുന്നു: എന്നാൽ ഒരിക്കൽ പോലും ആരും ഇങ്ങനെയൊരു വാക്ക് എന്നോടു പറഞ്ഞി ട്ടില്ല.' ഒരു നല്ല വാക്ക് പറയുന്നതു കൊണ്ട് നമുക്ക് യാതൊരു നഷ്ട വുമില്ല. പക്ഷെ അതുകൊണ്ട് നമുക്ക് മനസ്സിനു ലഭിക്കുന്ന സുഖം എത്രയെന്ന് പറയാനാവില്ല. നാവിലെ മാധുര്യം മനസ്സിനു കുളിർമ യാണ്.

കൃതജ്ഞത പറയുന്നത് നാം കേൾക്കാറുണ്ട്. സമ്മേളനങ്ങളി ലും മീറ്റിംഗുകളിലു മൊക്കെ അത് ഔപചാരികമായ ഒരു ചടങ്ങാണ്. യോഗം അവസാനിക്കുമ്പോൾ. പക്ഷെ അല്ലാതെയുള്ള നന്ദിപ്രകാ ശനം വ്യക്തിപരമായ കാര്യങ്ങളിൽ എല്ലാവരും നടത്തുന്നതായി നാം കാണന്നുണ്ടോ? വിരളമാണ്. നന്ദി പറഞ്ഞു ശീലമില്ലെങ്കിൽ അത്യാ വശ്യം വേണ്ട സന്ദർഭങ്ങളിൽ പോലും അതു തോന്നുകയില്ല.

ഇന്ത്യയിലെ ഒരു പ്രധാന നഗരത്തിൽ മുൻപു നടന്ന സെമിനാറിലെ ഒരു അനുഭവം വായിക്കാനിടയായി. സെമിനാറിൽ സംബന്ധിച്ച അമേരിക്കക്കാരന്റെ മുറിയിലെ ബൾബിന് തകരാറുണ്ടായി. അന്ന് അത്യാവശ്യമായി പുറത്തു പോയി വൈകിട്ടു തിരികെ വന്ന അമേരിക്കക്കാരൻ കണ്ടത് തന്റെ മുറിയിലെ ബൾബിന്റെ പ്രശ്നം പരിഹരിക്കപ്പെട്ടി രിക്കുന്നതായാണ്. അന്വേഷിച്ചപ്പോൾ സഹായം ചെയ്തത് അടുത്ത മുറിയിലുള്ള മലയാളി യാണെന്ന് അറിഞ്ഞു. അമേരിക്കക്കാരൻ മലയാളിയുടെ മുറിയിൽ എത്തി പറഞ്ഞു. ‘Thank you very much sir’ ഇത് കേട്ട് അഭ്യസ്തവിദ്യനാണെങ്കിൽ പോലും മലയാളി ഒന്നു ഞെരങ്ങി. തന്റെ ഉപകാരി താൻ നന്ദി പറഞ്ഞതു കേട്ടില്ലെന്നു കരുതി അമേരിക്കക്കാരൻ വീണ്ടും ഉറക്കെ താങ്ക്സ് പറഞ്ഞു. അതിനുള്ള മറുപടിയും ചുമയും ഞെരക്കവും കലർന്ന ഒരു ശബ്ദ മായിരുന്നു. മറുപടി ഒന്നും കേൾക്കാത്തതിൽ അമേരിക്കക്കാരനായ സായിപ്പിന് വല്ലായ്മ തോന്നി. അദ്ദേഹം മൂന്നാമതും ഉപകാരിയെനോക്കി ‘Thank you Sir’ എന്നു പറഞ്ഞു. ഇതിനും മറുപടിയായി എന്തൊക്കെയോ അപശബ്ദം പുറപ്പെടുവിച്ചു വിളറി പൂണ്ടു നിന്ന തല്ലാതെ ഒരു വാക്കുപോലും മറുപടി പറയുവാൻ ആ മലയാളിക്ക് കഴിഞ്ഞില്ല. ചിരിച്ചു കൊണ്ട് നന്ദി പറഞ്ഞയാളോടു എങ്ങനെയാണ് പ്രതികരിക്കേണ്ടതെന്ന് നിശ്ചയം ഇല്ലാതിരുന്നതിനാലാണ് അഭ്യസ്തവിദ്യനായിട്ടുപോലും നമ്മുടെ ആ മലയാളിസുഹൃത്തിനു ബുദ്ധി മുട്ടുണ്ടായത്. ഇതു വർഷങ്ങൾക്കു മുൻപ് നടന്ന സംഭവമാണ്. ഇപ്പോൾ അങ്ങനെ സംഭവിക്കുകയില്ല, കാരണം പെരുമാറ്റ രീതികൾ അഥവാ manners, നേഴ്സറി ക്ലാസ് തൊട്ടെ അദ്ധ്യാപകർ പരിശീലിപ്പിക്കുന്നു.

വെറും ഉപചാരത്തിന് വേണ്ടിയാണെങ്കിൽ പോലും നന്ദി പ്രകാശനം ആരുടേയും ഹൃദയത്തെ ആകർഷിക്കും. നമ്മൾ ബസ് കാത്തുനിൽക്കുന്ന വേളയിൽ സുഹൃത്തിൽ നിന്നും ഒരു ലിഫ്റ്റ് കിട്ടുമ്പോൾ നമുക്ക് എന്തൊരു സന്തോഷമാണ് ഉണ്ടാവുക! ആ ലിഫ്റ്റ് തന്ന സുഹൃത്ത് കുറച്ചു സമയത്തേക്കെങ്കിലും ഒരു ദൈവദൂതൻ തന്നെയാണ്. അവിടെ നന്ദി പ്രകാശനം സുഹൃത്തിന്റെ മനസ്സിനെ സന്തോഷിപ്പിക്കും. നന്ദി പറയുന്നത് ഏവരുടെയും വിനയത്തിന്റെ അടയാളം കൂടിയാണ്. മറ്റുള്ളവരുടെ നന്മ അംഗീകരിക്കാനും അനുസ്മരിക്കാനും തയ്യാറാകുന്ന നമ്മുടെ വ്യക്തിത്വത്തിന്റെ പ്രകാശനമാണ് കൃതജ്ഞതാ പ്രകടനം.

നമ്മുടെ ഹൃദയത്തിലെ ചിന്തകളും ഭാവനകളും ഒക്കെയാണ്

നാവിൽക്കൂടി നന്ദി യായി പ്രസരിക്കുന്നത്. നമ്മുടെ നാവാണ് മറ്റു ള്ളവരെ നമ്മിലേക്ക് ആകർഷിക്കുകയോ നമ്മിൽ നിന്ന് അകറ്റു കയോ ഒക്കെ ചെയ്യുന്നത്. നന്ദിയുടേയും അഭിനന്ദനത്തിന്റേയും വാക്കുകൾ നല്ല സൗഹൃദത്തിനു വഴിതെളിക്കും. ബന്ധങ്ങൾ ദൃഢ പ്പെടാനും നിലനിർ ത്താനും നമ്മുടെ നാവിനു വളരെയധികം ശക്തി യുണ്ടെന്നു നാം ഓരോരുത്തരും മനസ്സി ലാക്കണം. അവസരോചി തമായി അഭിനന്ദനത്തിന്റെയും പ്രോത്സാഹനത്തിന്റേയും വാക്കു കൾ നാവിൽ നിന്നും ഉയരാൻ നമുക്ക് ഉത്സാഹിക്കാം.

സുഭാഷിതം - 4

സംഗീതം നല്ല ഒരു കലയാണ്. സംഗീതം ഇഷ്ടപ്പെടാത്തവരായി ആരും തന്നെ കാണുകയില്ല. പക്ഷിമൃഗാദികൾ പോലും പാട്ട് ആസ്വദിച്ചിരുന്നതായി പണ്ടുള്ള ഋഷിവര്യ ന്മാർ പറഞ്ഞിട്ടുണ്ട്. നൃത്തം, ഗീതം, വാദ്യം എന്നിവയും പൂർണ്ണകലകൾ തന്നെ, പക്ഷെ സംഗീതത്തിന്റെ അത്രയും തന്നെ സർവ്വസാധാരണമല്ല എന്നുമാത്രം നാം സാധാരണയായി ആസ്വദിച്ചുപോരുന്ന കലകൾ ധാരാളം ഉണ്ട്. ഹരികഥ, കഥാപ്രസംഗം, നാടകം, തിരുവാതിര കളി അഥവ കൈകൊട്ടിക്കളി, ഓട്ടൻ തുള്ളൽ, കഥകളി, ചാക്യാർകൂത്ത് ഇങ്ങനെ വിവിധയിനങ്ങൾ; ചിത്രകലയ്ക്കും പരമപ്രധാനമായ സ്ഥാനമാണുള്ളത്. കാരണം അക്ഷര ജ്ഞാനം ഇല്ലാത്തവർക്കും ഒരു ചിത്രം കണ്ടാൽ, അത് എന്തിനെ സൂചിപ്പിക്കുന്നുവെന്ന് ഏറെക്കുറെ മനസ്സിലാകും. സാഹിത്യത്തിലേക്ക് കടന്നാൽ കവിത, ചെറുകഥ, നോവൽ, ഉപന്യാസം, യാത്രാവിവരണം ഇവയൊക്കെ നാം ആലപിച്ചും വായിച്ചും കേട്ടും എഴുതിയും ഒക്കെ ആസ്വദിക്കുന്നു.

നമുക്ക് അറിയാം കല ജീവിതത്തിന്റെ തന്നെ ഒരു ഭാഗമാണ്. നമ്മുടെ ജീവിതചര്യ യിലെ ഒട്ടുമിക്ക സംഗതികളിലും കലയുടെ അംശമുണ്ട്. ഭാഷയും കലയും നമ്മുടെ സം സ്കാരമാണ് വിളിച്ചോതുന്നത്. ഓരോ മനുഷ്യനിലും ജന്മസിദ്ധമായി ഏതെങ്കിലും തരത്തിലുള്ള കഴിവുകൾ ഉറങ്ങിക്കിടക്കുന്നുണ്ടാവും. അവയെ കണ്ടെത്തി വളർത്തിയെടുക്കു മ്പോഴാണ് കലയുടെ ഉണർവ് ഉണ്ടാകുന്നത്. വിദ്യാഭ്യാസത്തിൽ കലയ്ക്കുള്ള പങ്ക് നിർണാ യകമാണ്. ശാസ്ത്ര സാമൂഹിക വിഷയങ്ങൾ നന്നായി മനസ്സിലാക്കാനും ആത്മവിശ്വാസത്തോടെ പഠനത്തെ കാണുവാനും കല കുട്ടികളെ സഹായിക്കുന്നു. ഓരോ വ്യക്തിയുടേയും സർഗ്ഗവാസനയാണ് കലയായി രൂപപ്പെടുന്നത്. കലയിൽ സൗന്ദര്യബോധം ഉണ്ട്. സർഗ്ഗ വാസനകൾ വളരുമ്പോൾ കുട്ടികളുടെ മാനസികവും ശാരീരികവുമായ ആരോഗ്യവും വർദ്ധി ക്കുന്നു. ഇത് കുട്ടിയുടെ പഠനത്തിൽ ഏറെ ഗുണം ചെയ്യും.

വിദ്യാഭ്യാസത്തിൽ കലയുടെ പങ്ക് തിരിച്ചറിഞ്ഞതു കൊണ്ടാണ് ഇന്ന് വിദ്യാ ഭ്യാസമേഖലയിൽ പാഠ്യപദ്ധതിയോടൊപ്പം പാഠ്യേതര വിഷയങ്ങൾക്കും പ്രാധാന്യം നൽകുന്നത്. എല്ലാത്തരം കലകളും ഇന്ന് വേദിയിൽ അരങ്ങേറുന്നു. സാഹിത്യ സമാജവും, യുവജനോത്സവവുമെല്ലാം സ്കൂളിൽ നടത്തപ്പെടുന്നത്, കുട്ടികളിലെ കലാവാസനകളെ പ്രോ ത്സാഹിപ്പിക്കുന്നതിന് വേണ്ടിയാണ്. കലയും ശാസ്ത്രവും പരസ്പരപൂരകങ്ങളണ്. ശാസ്ത്രം ചിന്താധാരയുടേയും കല വികാരത്തിന്റെയും ഭാവനയുടേയുമൊക്കെ ആവിഷ്കാരമാണ്. കലയുടെ പ്രാധാന്യം മനസ്സിലാക്കിക്കൊണ്ടാണ് 1957-ൽ ആദ്യമായി യുവ ജനോത്സവം സംഘടിപ്പിക്കപ്പെട്ടത്. മനുഷ്യനിലെ അക്രമവാസനയെ ചെറുക്കാനും പിരിമുറുക്കം കുറയ്ക്കാനുമെല്ലാമുള്ള ഉത്തമ ഔഷധമാണ് കല. സംഗീത ചികിത്സയെപ്പറ്റി നാം കേട്ടിട്ടുണ്ടല്ലോ. രോഗശയ്യയിൽ കിടക്കുന്നവരെ; അവർക്ക് ഇഷ്ടമുള്ള പാട്ടുകൾ കേൾപ്പിക്കുമ്പോൾ കുറച്ചു സമയത്തേക്കെങ്കിലും അവരിൽ ഒരു ഉണർവ് ഉണ്ടാകുന്നത് നമുക്ക് കാണാൻ കഴിയും. ഇഷ്ടമുള്ള ഒരു കല ആസ്വദിക്കുമ്പോൾ നാം ആനന്ദത്തിൽ മുഴുകുന്നു. കലയിൽ അന്തർലീനമായ രസം സഹൃദയൻ ഭുജിക്കുമ്പോഴാണ് അത് ആസ്വാദനമാകുന്നത്. എന്നാൽ കലകൾ ആനന്ദത്തിനുവേണ്ടി മാത്രമുള്ളതല്ല. അത് സംസ്കൃതിയുടെ ആഴങ്ങൾ അളക്കുന്ന മുഴക്കോലാണ്.

ഭാരതീയ കലകൾ പുലർത്തുന്നത് കേവലമായ ഭൗതിക സുഖഭോഗ വിവരണം മാത്രമല്ല. ആത്മീയതയുടെ സ്വരവുമതിനുണ്ട്. രാമകഥ പണ്ടു മുതൽക്കേ പലകവികളും പാടി. എന്നാൽ തുഞ്ചത്ത് രാമാനുജൻ എഴുത്തച്ഛന്റെ അദ്ധ്യാത്മികത കൂടി ചേർന്നപ്പോ ഴാണ് അത് ജനഹൃദയത്തിൽ സ്ഥാനം നേടിയത്. നളമഹാരാജാവിന്റെ കഥ മലയാളത്തിൽ പലരും വിഷയമാക്കി. പക്ഷെ ശ്രദ്ധിക്കപ്പെട്ടത് ഉണ്ണായിവാര്യരുടെ നളചരിതം ആട്ടക്കഥയാണ്. കാരണം അതിലെ ജീവിത ദർശനം തന്നെ.

സമൂഹത്തിൽ നിലനിൽക്കുന്ന ചില അന്ധവിശ്വാസങ്ങളെയും അനാചാരങ്ങളേയും ഇല്ലാതാക്കാനും മദ്യം, മയക്കുമരുന്ന്, പുകവലി തുടങ്ങിയ ദുഃശ്ശീലങ്ങളുടെ ഭവിഷ്യത്തുകളെക്കുറിച്ച് ജനങ്ങളെ ബോധവാന്മാരാക്കാനും കലാരൂപങ്ങൾക്കും കലാകാരന്മാർക്കും കഴിയും. ഇന്ന് നമ്മുടെ കുട്ടികൾക്ക് തങ്ങളുടെ കലാവാസനകളെ പോഷി പ്പിക്കാൻ ധാരാളം വേദികൾ ഉണ്ട്. എന്നാൽ അടുത്ത കാലത്തായി ഇത്തരം വേദികൾ മാതാപിതാക്കൾക്കിടയി

ലും അധ്യാപകർക്കിടയിലും കുട്ടികൾക്കിടയിലും വലിയ സ്പർധകൾ തീർക്കു ന്നതായാണ് നാം കാണുന്നത്. ഇത് തികച്ചും വേദനാജനകമാണ്. തങ്ങളുടെ മക്കളെ കലാപ്രതിഭകളും കലാതിലകങ്ങളും ആക്കാൻ ഏതു മാർഗ്ഗവും സ്വീകരിക്കുന്ന മാതാ പിതാ ക്കളും ഒന്നാമതാവാൻ എന്തു വില കൊടുക്കുന്ന വിദ്യാലയങ്ങളും നമുക്ക് അപമാന മാണ്. കലാകായിക മത്സരങ്ങൾ എപ്പോഴും ആരോഗ്യപരവും നിഷ്പക്ഷവും ആയിരിക്കാൻ നാം ശ്രദ്ധിക്കേണ്ടതുണ്ട്. മൂല്യബോധമുള്ള സംസ്കാര സമ്പന്നരായ ഒരു തലമുറയെ വാർത്തെടുക്കുന്നതിൽ കലയ്ക്കുള്ള പങ്ക് വളരെ വലുതാണെന്ന വസ്തുത നാം ഒരിക്കലും വിസ്മരിച്ചുകൂടാ. കല ജീവിതഗന്ധിയും ജീവിതവിമർശനവും ആകണം. നമ്മുടെ അനുഭവങ്ങളേയും ബന്ധങ്ങളേയും ഒക്കെ സ്വാതന്ത്ര്യത്തോടെ പുറത്തേക്ക് കൊണ്ടു വരാൻ കലയ്ക്ക് മാത്രമേ കഴിയൂ. ഒരു കലാകാരന്റെ മനസ്സ് എപ്പോഴും ആർദ്രമാണ്. മനുഷ്യ പുരോഗതിക്കും അഭിരുചിക്കുമനുസരിച്ച് നവീനകലകൾ രൂപമെടുക്കുന്നു. കലോപാസനയും സമർപ്പിത ചേതനയും ഒരു കലാകാരനെ ഔന്നത്യത്തിലേയ്ക്കു നയിക്കുന്നു. ഉത്തമ കല മനുഷ്യമനസ്സിനെ ശുദ്ധീകരിക്കുന്നു.

സുഭാഷിതം - 5

നമ്മുടെ ജീവിത യാത്രയ്ക്ക് ഒരു ലക്ഷ്യം ഉണ്ട്. അല്ലേ! ആ ലക്ഷ്യ സ്ഥാനത്ത് എത്ത ണമെങ്കിൽ തിരിഞ്ഞു നോക്കാതെ ഓടണം; അല്പം പ്രായോഗിക ബുദ്ധിയും പ്രയോഗി ക്കണം. വർഷങ്ങൾക്കു മുൻപ് ഒരു ദക്ഷിണേഷ്യൻ രാജ്യത്ത് നടന്ന കുതിരപ്പന്തയം ഓർമ്മ യിൽ വരികയാണ്. പന്തയത്തിനുള്ള എല്ലാ ഒരുക്കങ്ങളും പൂർത്തി യായി. ജേതാവാകുന്ന കുതിരയ്ക്ക് ധാരാളം പാരിതോഷികങ്ങ ളാണ് രാജാവ് വാഗ്ദാനം ചെയ്തിരിക്കുന്നത്. വിദേശത്തു നിന്നുള്ള കുതിരകളെ പങ്കെടുപ്പിച്ചാണ് ആ രാജ്യത്തുള്ള പലരും മത്സരത്തിൽ വിജയിച്ചിരുന്നത്. പതിവുപോലെ ആ വർഷവും കുതിരകളെല്ലാം അണിനിരന്നു. കൂട്ട ത്തിൽ വളരെ മെലിഞ്ഞതും മത്സരക്ഷമതയി ല്ലെന്നു തോന്നിക്കുന്നതുമായ ഒരു കുതിരയും ഉണ്ടായിരുന്നു. ആ നാട്ടിൽ നിന്നു തന്നെയുള്ള കുതിര ആയിരുന്നു അത്. കുതിരക്കാ രന്റെ കയ്യിൽ വടിയുടെ അറ്റത്ത് കുറച്ചു പച്ചപുല്ലും കെട്ടിത്തൂക്കി യിട്ടിട്ടുണ്ടായിരുന്നു. മത്സരം തുടങ്ങാറായി. തുടക്കത്തിന്റെ വിസിൽ വന്ന ഉടനെ മെലിഞ്ഞ കുതിരയെ നയിച്ചിരുന്ന കുതിരക്കാരൻ പുല്ലു കെട്ടിയ വടി കുതിരയുടെ വായയുടെ തൊട്ടു മുന്നിലേക്ക് നീട്ടി പിടിച്ചു. കുതിര വേഗത്തിൽ ഓടാൻ തുടങ്ങി. സർവ്വശക്തി എടുത്ത് ഓടിയിട്ടും പുല്ലു തിന്നാൻ പറ്റുന്നില്ല. പുല്ലിൽ തന്നെ ലക്ഷ്യം വച്ചു കൊണ്ട് ആ കുതിര മുന്നേറി. മറ്റു കുതിര കളെയെല്ലാം തോൽപ്പി ച്ചു ജേതാവായി. കാണികളെല്ലാം ആശ്ചര്യപ്പെട്ടു. ഈ മലിഞ്ഞ പ്ര സരിപ്പ് ഒട്ടും തോന്നിക്കാതിരുന്ന കുതിര എങ്ങനെ ഇത്ര വേഗത്തിൽ കുതിച്ചു പാഞ്ഞു! ഈ വിജയ രഹസ്യം കുതിരയുടെ വിശപ്പായിരു ന്നു. പുല്ല് ഇപ്പോൾ കിട്ടും;ഇപ്പോൾ കിട്ടും എന്നാഗ്രഹിച്ചുള്ള കുതി പ്പായിരുന്നു; ഈ കുതിരയെ വിജയത്തിൽ എത്തിച്ചത്. മത്സരം കഴിഞ്ഞതിനുശേഷം കുതിരക്കാരൻ കുതിരയ്ക്ക് വയറുനിറയെ തീറ്റ കൊടുത്തു. ഇതെല്ലാം വീക്ഷിച്ചു കൊണ്ടിരുന്ന രജാവ് അത്ഭു തത്തോടെ അയാളോടു ചോദിച്ചു 'ഇതെങ്ങനെ സാധിച്ചുവെന്നു'. അയാൾ പറഞ്ഞു; മഹാരാജാവേ, ഇന്നലെ ഞാൻ കുതിരയ്ക്ക് തീറ്റ

കൊടുത്തില്ല. വിശപ്പുമൂലം എങ്ങനെയും പുല്ലു തിന്നണമെന്ന ആഗ്രഹമാണ് എന്റെ കുതിര യെ മുന്നിലെത്തിച്ചത്. കൊള്ളാം! രാജാവ് കുതിരക്കാരനെ അഭിനന്ദിച്ചു. ധാരാളം സമ്മാനങ്ങളും നൽകി.

നമുക്ക് ഈ പന്തയത്തിൽ നിന്ന് ഒരു പാഠം പഠിക്കാനുണ്ട്. നിയതമായ ലക്ഷ്യവും നിരന്തരമായ പരിശ്രമവും ഇല്ലാത്ത ഒരാളും എവിടേയും എത്തിച്ചേരില്ല. അവനവന്റെ അഭി രുചിക്കും ആവശ്യങ്ങൾക്കും അനുസരിച്ചുള്ള ലക്ഷ്യങ്ങൾ രൂപീകരിക്കുക എന്നതാണ് പ്രധാനം. ഉയരാൻ, വളരാൻ, ആഗ്രഹിക്കുന്നവർക്ക് ധാരാളം വെല്ലുവിളികളെ നേരിടേണ്ടി വരും. കൂടെ ഓടുന്നവർ എത്രാമത്തെ ട്രാക്കിലായെന്ന് ഒരിക്കലും നോക്കരുത്. നോക്കിയാൽ പാതിവഴിയിൽ തളരാൻ സാധ്യതയുണ്ട്. ലക്ഷ്യത്തിലെത്താതെ പാതിവഴിയിൽ ഓട്ടം നിർ ത്തുന്നവരും ഉണ്ട്. അക്കൂട്ടർക്ക് കേൾക്കാൻ പറ്റിയതായ ഒരു കൊച്ചു കഥയുണ്ട്.

തന്റെ താമസ സ്ഥലത്ത് സ്വർണ്ണ നിക്ഷേപമുണ്ടെന്ന് ആരോ പറഞ്ഞറിഞ്ഞ യുവാവ് കുഴിയെടുക്കൻ തുടങ്ങി. ആഴ്ചകൾ പരിശ്രമിച്ച് പലയിടവും കുഴിച്ചിട്ടും ഒന്നും കണ്ടെ ത്താൻ ആയില്ല. നാട്ടുകാരുടെ ഇടയിൽ അയാൾ സംശയാലുവും ക്ഷീണിതനുമായി. നിരാശനായ അയാൾ ആ പറമ്പ് മറ്റൊരാൾക്കു വിറ്റു. സ്ഥലം വാങ്ങിയ ആൾ ഈ ഭൂമി കുഴിച്ചു നോക്കിയ വാർത്ത എപ്പോഴോ കേട്ടിരുന്നു. സ്വർണ്ണം കിട്ടിയാൽ ധനികനാകാമല്ലോ എന്ന ആശയിൽ ഈ ആളും തന്റെ സ്ഥലം വീണ്ടും കുഴിക്കാൻ തീരുമാനിച്ചു. പക്ഷെ ഇയാൾ പ്രധാനപ്പെട്ട ഒരു കാര്യം ചെയ്തു. കുഴിക്കുന്നതിനുമുൻമ്പ് പരിവേഷണ വിദഗ്ധനെ വിളിച്ച് സ്ഥലം കാണിച്ചു. സ്ഥലപരിശോധനയ്ക്ക് ശേഷം അദ്ദേഹം പറഞ്ഞു: ഇനി മൂന്ന് മീറ്റർ കൂടി കുഴിച്ചാൽ നിങ്ങൾക്ക് സ്വർണ്ണം ലഭിക്കും. അത് സത്യമായി ഭവിച്ചു. കൃത്യം മൂന്ന് മീറ്റർ എത്തിയപ്പോൾ സ്വർണ്ണം തെളിഞ്ഞുവന്നു.

ഓരോ പ്രവൃത്തിയും എപ്പോൾ അവസാനിപ്പിക്കാം എന്ന് കർക്കശമായി കണക്കു കൂട്ടി വയ്ക്കരുത്. ഓരോ കർമ്മത്തിന്റേയും അവസാനം എവിടെന്നോ എപ്പോഴെന്നോ അറിഞ്ഞ് എല്ലാ യാത്രകളും തുടരാൻ ആവില്ല. എല്ലാ ലക്ഷ്യങ്ങളിലേയ്ക്കും ഗൂഗിൾ മാപ്പ് ലഭ്യമല്ല. ഊർജ്ജസ്വലമായ തുടക്കവും ഉണർവോടെയുള്ള ചുവടുവയ്പുകളുമാണ് ഒരാളെ വിജയത്തിലെത്തിക്കുന്നത്. ഒരാളും ഒരു പകൽകൊണ്ടോ ഒരു രാത്രി കൊണ്ടോ വിജയശ്രീലാളിതരായവരല്ല വിദഗ്ധരുടെ മാർഗ്ഗ നിർദ്ദേശങ്ങളിലൂടേയും സ്വതഃസിദ്ധമായ കഴിവുകളി ലൂടേയും ആണ് ഓരോരുത്തരും ലക്ഷ്യ

പ്രാപ്തിയിലെത്തുന്നത്. യാത്ര തുടങ്ങിയാൽ അവ സാനിക്കേണ്ടി ടത്തേ അവസാനിക്കാവൂ. പ്രിയ യാത്രികരേ! നിങ്ങളും യാത്ര തുട ങ്ങിയിരിക്കുകയല്ലേ? 'തുടങ്ങിയോ'എന്നതല്ല'എത്തിയോ' എന്നതു തന്നെയാണ് പ്രധാനം.

സുഭാഷിതം - 6

മേടം ഒന്ന്, ഏപ്രിൽ 14, നന്മയുടെ കൈനീട്ടവുമായി വീണ്ടും ഒരു വിഷുപുലരി; കർണികാരഭംഗിയുടെ വിഷുപുലരിയെ നമുക്ക് വരവേൽക്കാം മണ്ണിനോടും പ്രകൃതി യോടുമുള്ള മനുഷ്യബന്ധത്തിന്റെ ആഘോഷമാണ് വിഷു. സമൃദ്ധമായ വിളവെടുപ്പിന്റെ ഉത്സവം. വിഷുവെന്നു കേൾക്കുമ്പോൾ പെട്ടെന്ന് തന്നെ നമ്മുടെ മനസ്സിൽ വരുന്ന ചിത്രം കൊന്നപ്പൂക്കളുടേതാണ്. ഐശ്വര്യത്തിന്റേയും സമൃദ്ധിയുടേയും പ്രതീകമായി പൂത്തു നിറഞ്ഞ് നിൽക്കുന്ന മഞ്ഞ വസന്തം. ഇല കാണാൻ സാധിക്കാതെ കൊന്നമരം നിറച്ചും സ്വർണ്ണപ്പൂക്കൾ നിറഞ്ഞു നിൽക്കുന്ന കാഴ്ചയാണ് നാം വഴിയോരങ്ങളിൽ കാണുന്നത്.

ഇന്ന് പഴയകാല വിഷുവല്ല എന്ന് ഓർമ്മയിൽ ഒരു സങ്കടമുണ്ട്. ഒരമ്പത് അറുപതു വർഷങ്ങൾക്കു മുൻപ് കുട്ടികൾക്കും വിഷു ഒരു വരവേൽപ്പായിരുന്നു. പരീക്ഷാ ചൂടൊക്കെ മാറി ഏപ്രിൽ ആദ്യവാരം മുതൽ അന്നൊക്കെ ഒഴിവുകാലമാണ്. കുട്ടികൾ കൂട്ടം കൂടി നടന്നു പറിച്ചെടുത്തു കൊണ്ടുവരുന്ന കൊന്നപ്പൂക്കളിൽ വെള്ളം തളിച്ച് വാഴക്കൂമ്പിൽ പൊതിഞ്ഞു വയ്ക്കുന്നു. രാത്രി കണി ഒരുക്കാൻ.

വിഷുപ്പക്ഷി വരുന്നതും 'വിത്തും കൈക്കോട്ടും' 'ചക്കയ്ക്ക് ഉപ്പുണ്ടോ?' മൂളുന്ന തും ഇന്ന് എത്ര പേർക്കറിയാം! വിപണിയിലെ തിരക്കും ചാനലുകളിലെ വാർത്തകളുമാണ് ഇപ്പോൾ യുവതലമുറയിലേയ്ക്ക് വിഷുവിനെ എത്തിക്കുന്നത്. പ്രകൃതിയും മനുഷ്യനും തമ്മിൽ സഹജമായുള്ള മഹാപ്രേമത്തിന്റെ ഉത്സവം ആണ് വിഷു. 'തുല്യമായത്' എന്നർ ത്ഥമുള്ള 'വിഷുവ' മെന്ന സംസ്കൃത പദത്തിൽ നിന്നാണ് വിഷുവിന്റെ ജനനം. രാവിനും പകലിനും ഒരേ ദൈർഘ്യമുള്ള വർഷത്തെ രണ്ടു ദിവസങ്ങളിലൊന്ന്. വിഷുവിനു പുതിയ വർഷവും പുതിയ ആണ്ടത്തെ കൃഷിയും ഒരുമിച്ചു തുടങ്ങുന്നു. മേടം ഒന്നു മുതൽ പത്താ മുദയം വരെ കൃഷിപ്പണി തുടങ്ങാൻ നല്ല സമയമായി കണക്കാക്കുന്ന കൃഷീവലന്മാരുടെ കൂടി ആഘോഷ വേളയാണ് വിഷു. പുതിയ പ്രതീക്ഷയിലേക്കുള്ള ദിനം; മീനത്തിൽ

നിന്ന് മേടം രാശിയിലേയ്ക്കുള്ള സൂര്യായനത്തിന്റെ തുടക്കം. സംക്ര മത്തലേന്നാൾ വീടും പരി സരവും വൃത്തിയാക്കുന്നു. മുറ്റത്തെയും തൊടിയിലെയും ചവറുകൾ അടിച്ചുകൂട്ടി കൂമ്പാര മാക്കുന്നു. ഇരുൾ വ്യാപിക്കുന്നതോടെ ചവറുകൂട്ടത്തിനു തീയിടുന്നു. വിഷു പുലരിക്കു മുമ്പ് എല്ലാ മാലിന്യങ്ങളും നീക്കം ചെയ്തിരിക്കും. തലേന്ന് രാത്രി തന്നെ കണി ഒരു ക്കാൻ അമ്മമാരും കുട്ടികളുമൊക്കെ കൂടിയുള്ള ശ്രമമാണ്. അമ്മൂമ്മമാരുണ്ടെങ്കിൽ അവരുടെ ആശയങ്ങളും നിർദേ ശങ്ങളും എല്ലാം മക്കളും കൊച്ചുമക്കളും അനുസരിക്കുന്നു. ഇളം തലമുറ ആദരവോടെ അന്നൊക്കെ മുതിർന്നവരെ കണ്ടിരുന്നു. ഇതിനിടയ്ക്ക് വിഷുവിന്റെ വരവറിയിച്ച് രാത്രി കരിമരുന്നുപ്രയോ ഗവും ഉണ്ടാകും. കുട്ടികളുടെ കൈകളിൽ കമ്പിത്തിരി, മത്താപ്പ് തുടങ്ങിയവ പ്രകാശിക്കും. ഓട്ടുരുളിയിൽ ഉണക്കലരി, പച്ചക്കറി കൾ, പഴ ങ്ങൾ, പൊതിച്ച തേങ്ങ, അഷ്ടമംഗല്യം, സ്വർണ്ണവസ്ത്രാ ദികൾ എല്ലാം ഭക്തിയോടെ ഒരുക്കുന്നു. മുകളിൽ കണിക്കൊന്ന പൂക്കളും വയ്ക്കുന്നു. ദേവന്റെ മുന്നിലാണ് ഇതെല്ലാം സമർപ്പി ക്കുന്നത്. ഇവിടെ ദേവൻ ശ്രീകൃഷ്ണൻ, അതായത് അമ്പാടിക്ക ണ്ണൻ തന്നെ. ഏഴര നാഴിക പുലരെയാണ് വിഷുക്കണി. രാവിലെ അമ്മമാർ കൊച്ചുകുട്ടികളുടെ കണ്ണു പൊത്തിപ്പിടിച്ചു കൊണ്ടു വന്ന് കണിയൊരുക്കിയിരിക്കുന്ന ദേവന്റെ മുന്നിലെത്തുമ്പോൾ കണ്ണുതുറപ്പിക്കുന്നു. നാളെയെക്കുറിച്ചുള്ള ശുഭപ്രതീക്ഷയ്ക്ക് ഇതിലും നല്ലൊരു ദൃശ്യമുണ്ടോ? ഭക്തിയോടെ ഭഗവാനെ തൊഴുത്; കണിയും കണ്ട് കുട്ടികൾ പുതുവർഷത്തിലെ പ്രക്രിയകളിലേക്ക് കട ക്കുന്നു. കുളി കഴിഞ്ഞ് പുത്തൻ ഉടുപ്പുകൾ അണിഞ്ഞു വരുമ്പോൾ വിഷുക്കൈനീട്ടം കിട്ടും. അവർക്ക് സന്തോഷം പറഞ്ഞറിയിക്കാൻ പറ്റാത്ത ഒരു സന്ദർഭമായിരുന്നു അത്. അന്നൊ ക്കെ അച്ഛൻ മാത്ര മല്ല, അമ്മാവൻമാരും കുടുംബങ്ങളിലെത്തി അനന്തരവർക്ക് വിഷു കൈ നീട്ടം കൊടുത്തിരുന്നു. നാണയങ്ങളാണ് കൈനീട്ടമായി കൊടുത്തിരുന്നത്. 50 പൈസ അല്ലെങ്കിൽ അര രൂപ കുട്ടികളെ സംബന്ധിച്ചിടത്തോളം ഒരു വലിയതുക ആയിരുന്നു. 25 പൈസ അതായത് കാൽ രൂപ കൊടുക്കുന്നതു സർവ്വസാധാരണമായിരു ന്നു. ഒരു വർഷം മുഴുവൻ ഏവർക്കും ഐശ്വര്യം കൈവരാനുള്ള അനുഗ്രഹമാണിത്. കൈ നീട്ടം വാങ്ങി ക്കഴിഞ്ഞാൽ പാൽക്കഞ്ഞി കുടിക്കും. ഉണക്കലരി പാലിൽ വേവിച്ച് പഞ്ചസാര ഇട്ടു വാങ്ങും. പിന്നീട് പ്രഭാത ഭക്ഷണം കഴിക്കാം. ഇതിനിടയിൽ വീടിന്റെ ഉമ്മറ ത്ത് വിഷു കൈനീട്ടം വാങ്ങാൻ വന്നുനിൽക്കുന്ന കൃഷിപ്പണിക്കാ

രനും മറ്റു ജോലിക്കാരും ഒക്കെ കാണും. എല്ലാവർക്കും കൈ നീട്ടം കൊടുത്തതിനു ശേഷമേ അവരെ പറഞ്ഞയക്കൂ. അങ്ങനെ സ്നേഹബന്ധങ്ങൾ ഊട്ടി ഉറപ്പിച്ചിരുന്നു, കുടുംബങ്ങൾ തമ്മിലും, അയൽവാസി കൾ തമ്മിലും. വിഷുപുലരിയിൽ പ്രകൃതിയേയും കന്നുകാലികളേയും കണി കാണിക്കുന്ന പതിവും ഉണ്ടായിരുന്നു. പ്രത്യാശയുടെ ഉത്സവമാണ് വിഷു. കണിക്കൊന്ന പ്പൂക്കളും കൈ നീട്ടവും നല്ല നാളേക്കായുള്ള പ്രതീക്ഷയും; ഇനിയുള്ള നാളുകൾ നന്മ നിറഞ്ഞതാവട്ടെ! ശുഭ വാർത്തകൾ കേൾക്കാൻ സാധിക്കട്ടെ!

നമ്മുടെ ഭരണഘടന ശില്പി ഡ്യ. ബീം റാവു അംബേദ്കറിന്റെ ജന്മദിനം കൂടിയാണ് ഏപ്രിൽ 14.

അന്തരിച്ച നമ്മുടെ പ്രിയ കവി ഒ. എൻ. വി കുറുപ്പ് വിഷുവിനെക്കുറിച്ച് ഇങ്ങനെ പാടി :

എങ്കിലുമീ കണിക്കൊന്ന എന്തിനിന്നും പൂത്തു
മണ്ണിലുണ്ടോ നന്മകൾ തൻ തുള്ളികൾ വറ്റാതെ
ഒന്നുമറിയാതെ കണിക്കൊന്ന പൂത്തു വീണ്ടും
കണ്ണിൽ നിന്ന് പോയ് മറയാ പൊൻ കിനാക്കൾ പോലെ...

സുഭാഷിതം - 7

നന്മയുണ്ട് എല്ലാ മനുഷ്യ മനസ്സുകളിലും. എന്നാലും എവിടെയൊക്കെയോ തെറ്റു കൾ ആവർത്തിക്കപ്പെട്ടുകൊണ്ടേയിരിക്കുന്നു. സാഹചര്യങ്ങളാലാകാം, സമ്മർദ്ദത്താലാ കാം.

മോഷണത്തിനു പിടിക്കപ്പെട്ട ഒരാളെ രാജാവ് തൂക്കിലേറ്റാൻ വിളിച്ചു. മോഷണകുറ്റത്തിന് ഉത്തരവാദിയാകുന്നവനെ കള്ളൻ എന്നല്ലേ വിളിക്കപ്പെടുക. കള്ളൻ വിനയാന്വിത നായി രാജാവിനോടു പറഞ്ഞു, മഹാരാജാവേ! അങ്ങ് ഒരു ദിവസത്തേക്ക് എന്നെ വിട്ടയയ്ക്ക ണം, കാരണം നാളെ എന്റെ മകളുടെ കല്യാണമാണ്. രാജാവ് കേട്ടിട്ട് ഉടനെ മറുപടി ഒന്നും പറഞ്ഞില്ല. താൻ തിരിച്ചു വരുമോയെന്നു രാജാവിന് സംശയമുണ്ടെന്ന് കള്ളൻ മനസ്സിലാക്കി. അയാൾ രാജാവിനോട് അപേക്ഷിച്ചു. 'അടിയൻ! ഞാൻ എനിക്ക് പകരം എന്റെ ആത്മസുഹൃത്തിനെ ഇവിടെ നിർത്താം. ' താൻ വന്നില്ലെങ്കിൽ പകരക്കാരന്റെ ജീവൻ നഷ്ടപ്പെടുമെന്ന മുന്നറിയിപ്പും രാജാവ് കള്ളന് നൽകി, പോകാൻ അനുവദിച്ചു.

മകളുടെ വിവാഹം കഴിഞ്ഞയുടനെ കള്ളൻ രാജാവിന്റെ അടുക്കലേക്ക് യാത്ര തിരിച്ചു. പക്ഷേ രൂക്ഷമായ വെള്ളപ്പൊക്കം മൂലവും വഴിതടസ്സവും കാരണം കള്ളന്റെ യാത്ര മുടങ്ങി. എങ്കിലും പ്രതിസന്ധികളെയെല്ലാം തരണം ചെയ്ത് അല്പം വൈകിയാണെങ്കിലും കള്ളൻ കൊട്ടാരത്തിലെത്തി. അപ്പോഴേക്കും സുഹൃത്തിനെ തൂക്കിലേറ്റാനുള്ള പ്രാരംഭ നടപടികൾ തുടങ്ങിയിരുന്നു. കള്ളന്റെ തിരിച്ചുവരവിൽ രാജാവ് അത്ഭുതപ്പെട്ടു പോയി. എന്നാലും അദ്ദേഹം പകരക്കാരനായ സുഹൃത്തിനോട് ചോദിച്ചു. 'എന്തിനാണ് ജീവൻ പോലും നഷ്ടമാകുന്ന ഈ അപകടം പിടിച്ച പണി നിങ്ങൾ ഏറ്റെടുത്തത്? സുഹൃത്ത് പറഞ്ഞു, 'അയാൾ തിരിച്ചു വരുമെന്ന് എനിക്കുറപ്പുണ്ടായിരുന്നു.' രാജാവ് കള്ളനോട് ചോ ദിച്ചു. 'നിങ്ങളെന്തിനാണ് തിരിച്ചു വന്നത്? അയാൾ പറഞ്ഞു, 'സുഹൃത്തിനെ മരണത്തിന് വിട്ടുകൊടുക്കാൻ എനിക്കാവില്ല. ജീവൻ ത്യജിച്ചും എന്നെ സഹായിച്ച ആളാണ് അവൻ'.

നന്മയുടെ നുറുങ്ങുവെട്ടം ഇല്ലാത്ത ആരുമുണ്ടാകില്ല. സാഹചര്യങ്ങൾ കൊണ്ടോ ബലഹീനതകൾ കൊണ്ടോ കടന്നുകൂടിയ അശുദ്ധിയുടെ ഭാണ്ഡവും പേറി നടക്കേണ്ടി വരുന്നു എന്നുമാത്രം. കുറ്റവാളികളെന്ന് മുദ്ര കുത്തപ്പെട്ടവരുടെ ജീവിതങ്ങളിലൂടെ സഞ്ചരിച്ചാൽ ചില കാര്യങ്ങൾ മനസ്സിലാകും. ഒരാൾ ആദ്യമായി ഒരു തെറ്റ് ചെയ്യുമ്പോൾ തിരു ത്താൻ മറ്റൊരാൾ ഉണ്ടാകണം. തെറ്റ് പറ്റാത്തവരായി ആരുണ്ട്? ചെറിയ ഒരു കള്ളം പോലും പറയാത്തവരായി ആരുണ്ട്? തെറ്റ് പറ്റിയ വേലക്കാരനെ രാജാവിന്റെ ബുദ്ധിമാനായ മന്ത്രി രക്ഷിച്ച കഥ നമുക്കൊന്നു ശ്രദ്ധിക്കാം.

മുറി വൃത്തിയാക്കുന്നതിനിടെ പരിചാരകൻ രാജാവിന്റെ പൂച്ചെട്ടി പൊട്ടിച്ചു. രാജാവ് അത് കണ്ടുപിടിച്ചെങ്കിലും വേലക്കാരൻ നുണ പറഞ്ഞ് രക്ഷപ്പെടാൻ ശ്രമിച്ചു. നുണ പറഞ്ഞ തിൽ കോപിഷ്ഠനായ രാജാവ് അയാളെ തൂക്കിലേറ്റാൻ വിധിച്ചു. നിസ്സാരകാര്യത്തിന് വധ ശിക്ഷ വിധിച്ചതിൽ നിരാശ തോന്നിയ മന്ത്രി അയാളെ രക്ഷപ്പെടുത്താൻ ശ്രമിച്ചു. പിറ്റേന്നു മന്ത്രി സ്വർണ്ണം കൊണ്ട് നിർമ്മിച്ച നെൽക്കതിരുകൾ കൊണ്ടുവന്ന് കൊട്ടാരത്തിൽ വച്ചിട്ട് പറഞ്ഞു, ഇത് ദൂരദേശത്ത് നിന്നു വന്ന ഗുരു തന്നതാണ്. ഇത് വിതച്ചാൽ സ്വർണ്ണ ക്കതിരുകൾ വിളയും!! സന്തുഷ്ടനായ രാജാവ് പരിവാരങ്ങളെയും കൂട്ടി പാടത്തെത്തി. മന്ത്രി പറഞ്ഞു, ഇതുവരെ ഒരു നുണ പോലും പറയാത്ത ആൾ വേണം ഇത് വിതയ്ക്കാൻ. ആളുകൾ ഓരോരുത്തരായി പിന്മാറിയപ്പോൾ മന്ത്രി രാജാവിനോട് പറഞ്ഞു. 'അവിടന്ന് മാത്രമാണ് ഇതിനു യോഗ്യൻ എന്നു തോന്നുന്നു, കാരണം എല്ലാവരും പിന്മാറി. ' പക്ഷേ ഇത് കേട്ടിട്ടും രാജാവ് നിസ്സഹായനായി മടിച്ചുനിന്നു. ഒരു ചെറിയ കള്ളം പോലും പറയാത്ത വരായി ആരെങ്കിലുമുണ്ടോ? രാജാവിന് മന്ത്രിയുടെ ഉദ്ദേശ്യം മനസ്സിലായി. വേലക്കാരൻ വധശിക്ഷയിൽ നിന്ന് മുക്തനായി എല്ലാ തെറ്റുകളും തിരുത്തപ്പെടേണ്ടതാണെങ്കിലും ശിക്ഷാർഹമല്ല. തെറ്റുകൾ പല രീതിയിൽ സംഭവിക്കാം. ആദ്യമായി ചെയ്യുന്നതിലെ അപരിചിതത്വം അബദ്ധങ്ങളിലേക്ക് നയിക്കും. ആത്മവിശ്വാസക്കുറവും പിഴവുകൾ ക്ഷണിച്ചു വരുത്തും. ഉത്തരവാദിത്തമേൽപ്പിക്കുന്നവരോടുള്ള ഭയവും പരി പൂർണ്ണത യോടുള്ള ഭ്രമവും തെറ്റുകൾ സൃഷ്ടിക്കും. അറിയാതെ സംഭവിക്കുന്ന തെറ്റുകൾക്ക് പോലും കഠിനശിക്ഷ പ്രാവർത്തികമാക്കിയാൽ ആത്മാർത്ഥതയോടെ കടമകൾ നിറവേറ്റാൻ ആരും മെനക്കെടില്ല. തെറ്റുകൾ വരുത്തിയതിനുശേഷമാണ് ഭൂരിഭാഗം ആളുകളും തനിമയുടെയും

പക്വതയുടെയും പാതയിലെ ത്തുന്നത്. ശരി ചെയ്യുമ്പോൾ ലഭിക്കുന്ന അഭിനന്ദനത്തേക്കാൾ തെറ്റ് ചെയ്യുമ്പോൾ ലഭിക്കുന്ന പിന്തുണയാണ് ഒരാളെ ആത്മധൈര്യത്തിന്റെ നെറുകയി ലെത്തിക്കുന്നത്. സംഘ പ്രവർത്തനങ്ങൾ നടത്തുന്നവർ പുലർത്തേണ്ട ചില മര്യാദകൾ ഉണ്ട്. ആർക്കും തെറ്റ് പറ്റാമെന്ന സാമാന്യബോധത്തിൽ പെരുമാറണം. ആദ്യപിഴവിൽ ആരുടെയും ആത്മവീര്യം ചോരരുത്. ആരുടെയെങ്കിലും പിൻബലമില്ലാതെ ആരും വളരില്ല; തളർന്ന് കിടക്കുമ്പോഴാണ് താങ്ങാകേണ്ടത്. തിരുത്താനുള്ള സമയവും സാഹചര്യവും എല്ലാവർക്കും ലഭിക്കണം.

സുഭാഷിതം - 8

ജോലിയിലിരിക്കുന്ന എല്ലാ വ്യക്തികളും അറുപത് വയസ്സിൽ അഥവാ അറുപതി നോട് അടുക്കുമ്പോൾ വിരമിക്കുന്നു. ചുരുക്കം ചിലർക്കെങ്കിലും ഒരു അങ്കലാപ്പാണ്, ഇനി എന്താണ് ചെയ്യുക എന്ന്? സ്ത്രീകളെ സംബന്ധിച്ചിടത്തോളം ഭക്ഷണം പാകം ചെയ്യൽ, വീട് വൃത്തിയാക്കൽ തുടങ്ങിയ കാര്യങ്ങളിൽ മുഴുകുന്നതുകൊണ്ട് മുഷിവ് അനുഭവപ്പെടുക യില്ല. എങ്കിലും ഡോക്ടർമാരും ഇളം തലമു റക്കാരും എല്ലാം വിരമിച്ചവർക്ക് കൊടുക്കുന്ന നിർദ്ദേശങ്ങളാണ്, വെറുതെയിരിക്കരുത്, ആരോഗ്യം മോശമാകും, വായന, എഴുത്ത്, വിനോ ദോപാധികൾ ഇങ്ങനെ എന്തെല്ലാമുണ്ട്, വിരസത അനു ഭവപ്പെടാതിരിക്കാൻ. അതിലേതി ലെങ്കിലുമൊക്കെ ഏർപ്പെടണം. വായന വളരെ നല്ലതാണ്. ഒരു നല്ല പുസ്തകം നമ്മുടെ ജീവിതത്തെ ക്രിയാത്മകമായി സ്വാധീനിക്കുന്നു, ഏതു പ്രായത്തിലും. പിന്നെ പലരും ഇപ്പോൾ 'ഓർമ്മക്കുറിപ്പുകൾ'എഴുതാൻ തുടങ്ങിയിട്ടു ണ്ട്. ഔദ്യോഗിക ജീവിതത്തിലെ പ്രധാനപ്പെട്ട സംഭവങ്ങൾ കുറിച്ച് വയ്ക്കുന്നത്, അടുത്ത തലമുറയ്ക്കും ചിലപ്പോൾ അവ യൊക്കെ ഒരു പാഠമായി വന്നേക്കാം. പിന്നെയുള്ളൊരു പ്രധാനകാര്യം, പ്രാ യമായവർ അറി യേണ്ടത്, പ്രായത്തിനൊത്ത് വളരണം എന്നുള്ള താണ് ഭൂമിയിൽ മനുഷ്യനോളം വലുതായി ട്ടൊന്നുമില്ല, മനുഷ്യ നിലോ മനസ്സിനോളം വലുതായിട്ടൊന്നുമില്ല.

എന്നും വൈകിട്ട് നടക്കാനിറങ്ങുന്ന സോക്രട്ടീസ് വഴിയിൽ ഒരു വയോധികനെ കാണുമായിരുന്നു. ദിവസവും സംസാരിച്ച് വിശേഷങ്ങൾ പങ്ക് വെച്ച് അവർ രണ്ടുപേരും സൗഹൃദത്തിലായി. നല്ല പരിചയമായപ്പോൾ വയോധികൻ ഒരു ദിവസം സോക്രട്ടീ സിനെ വീട്ടിലേക്ക് ക്ഷണിച്ചു. കൂട്ടുകുടുംബമായിരുന്നു അവരുടേത്. അവിടത്തെ സന്തോഷം കണ്ട് അമ്പരന്ന സോക്രട്ടീസ് വയോ ധികനോട് ചോദിച്ചു, ഈ സന്തോഷം നിലനിർത്താൻ താങ്കൾ എന്താണ് ചെയ്യുന്നത്? അയാൾ പറഞ്ഞു, ഞാൻ ഒന്നും ചെയ്യുന്നി ല്ല എന്നതാണ് ഈ സന്തോഷത്തിനു കാരണം; കൂൾ ആയി ചിരിച്ചു

കൊണ്ട് വയോധികൻ പറഞ്ഞു പിന്നീട് തുടർന്നു, വ്യാപാരം ഞാൻ മക്കളെ ഏൽപ്പിച്ചു. വീട് മരുമക്കൾ നോക്കുന്നു. കൊച്ചുമക്കളുടെ സംശയം തീർക്കലും അവരുടെ കൂടെയുള്ള കളികളുമാണ് എന്റെ ഉത്തരവാദിത്തം. കുട്ടികൾ ഗൗരവമായി പഠിച്ചുകൊണ്ടിരിക്കുമ്പോഴും ചില കുസൃതിചോദ്യങ്ങൾ ചോദിച്ചും ഉത്തരം പറഞ്ഞുകൊടുത്തും അവരെ രസിപ്പിക്കും. അങ്ങനെ അവരുടെ മനസ്സ് നൈമിഷികമായിട്ടെങ്കിലും ഒന്നു തണുക്കും. ഇപ്പോൾ എല്ലാ കുട്ടികളും ഓരോ തരത്തിലുള്ള സംഘർഷ ത്തിലല്ലേ? ഇതെല്ലാം കേട്ട് സോക്രട്ടീസ് പറഞ്ഞു. 'ഈ പ്രായത്തിൽ എങ്ങനെയാണ് ജീവിക്കേണ്ടതെന്ന് അങ്ങയ്ക്കറിയാം; അതുകൊണ്ടാണ് താങ്കൾ സന്തോഷവാനാകുന്നത്. '

എക്കാലവും ഒരു പോലെയല്ല ജീവിക്കേണ്ടത്. പ്രായവും കാലവും വരുത്തുന്ന അവസ്ഥാന്തരങ്ങളുണ്ട്. ശരീരത്തിലും മനസ്സിലും അതു മനസ്സിലാക്കി വേണം ഓരോ ദിനവും ജീവിക്കാൻ. കുട്ടിത്തം കുട്ടിക്കാലത്തിന്റെ പ്രത്യേകതയാണ്. പക്വത പ്രായപൂർത്തി യാകുമ്പോൾ ഉണ്ടാകേണ്ടതാണ്. ഉത്തരവാദിത്തങ്ങളെല്ലാമൊഴിഞ്ഞുള്ള സമ്പൂർണ്ണാനന്ദം; സ്വച്ഛത വാർധക്യത്തിന്റെ അവകാശമാണ്. ശൈശവത്തിൽ യൗവനത്തിന്റെ കർത്തവ്യ ബോധം വേണമെന്നും വിശ്രമജീവിതത്തിൽ കൗമാരത്തിന്റെ ചോരത്തിളപ്പുണ്ടാകണമെ ന്നും വാശി പിടിക്കുന്നതെന്തിനാണ്? ഓരോ പ്രായത്തിനും അതിന്റേതായ ചുമതലകളും വിനോദങ്ങളുമുണ്ട്. അവയിലൂടെ സഞ്ചരിക്കാൻ കഴിയുക എന്നതാണ് ആ സമയം ഫലപ്രദ മായി വിനിയോഗിക്കുന്നതിനുള്ള എളുപ്പമാർഗ്ഗം. ജീവിതം സന്തോഷപ്രദമാക്കാൻ ഉത്തമ സൗഹൃദങ്ങൾക്ക് സാധിക്കും. ഫോൺ വിളികൾ സൗഹൃദം സംരക്ഷിക്കാൻ സഹായ കമാകും. ഉദ്യോഗത്തിൽ നിന്ന് വിരമിച്ചതിനുശേഷവും അധികാരത്തിൽ ഉണ്ടായിരുന്നതായ ഗരിമയും വഹിച്ചിരുന്ന പദവിയുടെ പൊങ്ങച്ചവും കൂടാതെ സാഹോദര്യത്തിന്റെ സമീപന വും ഭാവവും പുലർത്തുന്നത് വളരെ നന്നായിരിക്കും. എനിക്കെല്ലാം അറിയാം, എന്ന ഭാവ ത്തോടെ മറ്റുള്ളവരോട് സംസാരിക്കരുത്. വിനയത്തോടെയും പ്രതിപക്ഷ ബഹുമാനത്തോ ടെയും ഉള്ള സംസാരം ഏവരിലും ഏതു പ്രായത്തിലും ഒരു അംഗീകാരം നേടിക്കൊടു ക്കുന്നു. പരസ്പരസ്നേഹവും ആദരവുമാണ് സമൂഹത്തിന്റെ ജീവശ്വാസം. നമ്മുടെ ജീവിതം ധന്യമാകുന്നത് എത്ര ധനം സമ്പാദിച്ചു; എത്ര നിക്ഷേപം ഉണ്ടാക്കി എന്നതിലല്ല. അവ പലപ്പോഴും ആകുലതയും ഉത്കണ്ഠയും വർദ്ധിപ്പിക്കു

കയേയുള്ളു.

വിരമിച്ച ശേഷവും എല്ലാം എന്നിലൂടെ നടക്കണം എന്നു ശഠിക്കുന്ന ചുരുക്കം ചിലരെങ്കിലുമുണ്ട്. അത് അപക്വമാണ്. പ്രായമാകുന്നതിനൊപ്പം വളരാനും കൂടി കഴിയണം. എന്നെക്കാളും വാർദ്ധക്യത്തിൽ എത്തിയ ഒരാൾ പറഞ്ഞത് ഓർക്കുന്നു, എനിക്ക് വലിയ സമ്പാദ്യമൊന്നുമില്ല, കഷ്ടിച്ചു ജീവിക്കാനുള്ള വകയുണ്ട്, എന്നാൽ ജാതിമത ഭേദമില്ലാതെ എനിക്ക് ഏറെ സുഹൃത്തുക്കളുണ്ട്. അവരുടെ ക്ഷേമാന്വേഷണങ്ങളും പ്രാർത്ഥനകളും ഇപ്പോൾ ഒരു വലിയ ശക്തിയാണ് എനിക്കു തരുന്നത്; അതു കൊണ്ട് ഞാനും എന്നാൽ സ്ഥാപിച്ച സൗഹൃദവും ഉറച്ചതാകണം;നീണ്ടു നിൽക്കുന്നതുമാകണം എന്ന ഒരേ പ്രാർത്ഥ നയിലുംപ്രതിജ്ഞയിലുമാണ്. ജീവിതാവസാനം വരെ ഹൃദയത്തിൽ സ്നേഹവും കാരുണ്യവും കാത്തുസൂക്ഷിക്കുകയും വേണം!!

റേഡിയോ ഗ്രാമരംഗം - ഗ്രാമപൂർണ്ണിമ

എന്റെ തട്ടകം ഇപ്പോൾ ചേർത്തലയാണെങ്കിൽ പോലും ഞാൻ ജനിച്ചുവളർന്ന അമ്പലപ്പുഴ എന്ന കൊച്ചു ഗ്രാമത്തിന്റെ ഒരുപിടി ഓർമ്മകളാണ് എപ്പോഴും എന്റെ മനസ്സിലേക്ക് ഓടിയെത്തുന്നത്. ബാല്യ കൗമാരയൗവ്വനാരംഭകാലം എല്ലാം ഈ ഗ്രാമ ത്തിന്റെ പച്ച പ്പുകളേയും തുടിപ്പുകളേയും കണ്ടറിഞ്ഞ്, പ്രകൃതിയുടെ മടിത്ത ട്ടിൽ കിടന്ന്, അതിലെ ജീവജാലങ്ങളോടു ഇണങ്ങി, അവയെ സ്നേഹിച്ചു വളരാൻ സാധിച്ചു. ഇന്ന ത്തേതിൽ നിന്ന് വളരെ വ്യത്യ സ്തമായ ഒരു കുട്ടിക്കാലം. സ്കൂളിൽ പോകുന്നത് കൂട്ടു കാരുമായി നടന്നാണ്. വൈകുന്നേരങ്ങളിൽ സ്കൂൾ വിട്ടാൽ ഇന്നത്തേതു പോലെ തിക്കി തിരക്കി ട്യൂഷൻ ക്ളാസ്സുകളിൽ പോകേണ്ട. കുറ ച്ചുസമയം കളിക്കാൻ പോകും. അതൊരു നല്ല വ്യായാമമായിരുന്നു. അയൽ പക്കവീടുകൾ ഏതൊക്കെയാണ്, അവിടെ ആരെല്ലാമാണ്, എല്ലാം കൃത്യമായി അറിയാം. നല്ല സ്നേഹബന്ധങ്ങൾ!! ഇന്നത്തെ അത്രയും ഭയമില്ല. എവിടേയും സഹായ ഹസ്ത ങ്ങൾ!നല്ല കരുത ൽ!അങ്ങനെ ആനന്ദപൂർണ്ണമായ ഒരുഗ്രാമജീവിതം ഉണ്ടായിരുന്ന ഓർമ.

എനിക്ക് ജന്മം തന്ന അമ്പലപ്പുഴനാട് ഒരു പുണ്യഭൂമിയാണ്. ഇങ്ങനെ പറയാൻ കാരണം ഈ ഗ്രാമത്തിന്റെ തിലകക്കുറിയായി ശോഭിക്കുന്ന ശ്രീകൃഷ്ണസ്വാമി മഹാ ക്ഷേത്രം തന്നെ. ആലപ്പുഴ പട്ടണത്തിൽ നിന്ന് ഏകദേശം 13 കിലോമീറ്റർ തെക്കായി സ്ഥിതി ചെയ്യുന്ന ഈ നാട് ഒരു കാലത്ത് കേരളത്തിന്റെ സാംസ്കാരിക തലസ്ഥാനമായി വിളി കൊണ്ടിരുന്ന ചെമ്പകശ്ശേരി ആയിരുന്നു വെന്ന് ചരിത്രം ചൂണ്ടികാട്ടുന്നു. തിരുവിതാംകൂറും കേരളവുമൊ ക്കെ ഉണ്ടാകുന്നതിനു മുമ്പ് നിലനിന്നിരുന്ന ഐശ്വര്യപൂർണ്ണമായ കൊച്ചു നാട്ടുരാജ്യം. ഈ രാജ്യം ഭരിച്ചിരുന്നത് 'ദേവനാരായണൻ' എന്ന മാറാപ്പേരിൽ അറിയപ്പെട്ടി രുന്ന മലയാള ബ്രാഹ്മണരായ നമ്പൂതിരിമാർ ആയിരുന്നു. ഇവരുടെ ഭരണകാലം സമ്പന്ന മായ ഒരു സാംസ്കാരിക പൈതൃകം ഈ നാടിന് കാഴ്ച വെച്ചു എന്ന്

ചരിത്രം നമ്മെ പഠിപ്പിക്കുന്നു.

എന്റെ ജന്മ ഗൃഹമായ അമ്പലപ്പുഴയെക്കുറിച്ച് പറയുവാൻ തുട ങ്ങിയാൽ ഒരു നാവു പോരാ, ആയിരം നാവുകൾ ഉയിർത്തുവരും. കാരണം പറഞ്ഞുതീർക്കാൻ കഴിയാത്തത്ര കഥകളും ഐതിഹ്യ ങ്ങളും നിറഞ്ഞതാണ് നാടിന്റെ ഹൃദയഭാഗത്ത് ശോഭിക്കുന്ന ഈ പാർത്ഥസാരഥി ക്ഷേത്രം. അമ്പലപ്പുഴ ജംഗ്ഷൻ അഥവാ 'കച്ചേ രിമുക്ക്' എന്ന് മുൻ കാല ങ്ങളിൽ അറിയപ്പെട്ടിരുന്ന സ്ഥലത്തു നിന്ന് ഒരു കിലോമീറ്റർ കിഴക്കോട്ടു മാറിയാണ് ക്ഷേത്രം സ്ഥിതി ചെയ്യുന്നത്. കോമന, കരൂർ, കരുമാടി, ആമയിട ഈ പ്രദേശങ്ങൾ ക്ഷേത്രത്തോടു തൊട്ടു കിടക്കുന്നു. അയ്യൻ കോവിക്കൽ, നവരാ ക്കൽ, പായൽകുളങ്ങര, പുറക്കാട്ട് ഈ പ്രദേശങ്ങൾ കടൽത്തീര ങ്ങളാണ്. ശ്രീകൃഷ്ണസ്വാമി ക്ഷേത്രത്തിന്റെ ഉത്ഭവത്തെപ്പറ്റിയും നിർമ്മാണ കാലഘട്ടത്തെപ്പറ്റിയും ചരിത്രകാരൻമാർ എഴുതിയിട്ടു ണ്ട്, എങ്കിലും വ്യക്തമായ ഒരു തീയതി രേഖപ്പെടുത്തിയിട്ടുള്ളതായി അറിവില്ല. ഇവിടുത്തെ പ്രധാന വഴിപാടായ 'പാൽപ്പായസം' വിശ്വ പ്രസിദ്ധമാണ്. പാൽപ്പായസത്തിന്റെ മുഖ്യമായ ഘടകം പരിശുദ്ധ മായ ജലം ആണ്. ക്ഷേത്ര പാർശ്വത്തിലുള്ള ശ്രേഷ്ഠമായ 'മണിക്കി ണറി'ൽ നിന്നാണ് ഈ നിവേദ്യത്തിനാവശ്യമായ ജലം എടുക്കുന്നത്. പാൽ ക്ഷേത്രത്തിൽ രാവിലെ എത്തി ക്കുന്നത് സമീപവാസികളായ ക്ഷീരകർഷകർ തന്നെയാണ്. കൂടുതലും സ്ത്രീകളാണ് ശുഭ്ര വസ്ത്ര ധാരികളായി ഭഗവാന്റെ നിവേദ്യത്തിനുള്ള പാൽ കൊണ്ടുവരുന്നത്.

അമ്പലപ്പുഴ ക്ഷേത്രത്തിലെ ഒൻപതാം ഉത്സവനാളിലെ 'നാടകശാല സദ്യ' യും 'വേലകളി'യുമൊക്കെ വ്യത്യസ്തമായ ചടങ്ങു കളാണ്. 'അമ്പലപ്പുഴ വേല കണ്ടവന് അമ്മ യും വേണ്ട' എന്നൊരു ചൊല്ലുമുണ്ട്. ഉത്സവം കൂടാതെ എല്ലാവർഷവും മകരമാസം ഒന്നാം തീയതി തുടങ്ങി പന്ത്രണ്ടാം ദിവസം അവസാനിക്കുന്ന; ഇംഗ്ളീഷ് തീയതി ഏക ദേശം പറഞ്ഞാൽ ജനുവരി 15 മുതൽ 26 വരെ, പന്ത്രണ്ടു കളഭ മഹോത്സവത്തിന്റെ പിന്നിലും ധാരാളം സംഭവക ഥകൾ ഉള്ളതായി ചരിത്രകാരന്മാർ സൂചിപ്പിക്കുന്നു. ഈ ക്ഷേത്രോ ത്സവ ങ്ങളെപ്പറ്റിയൊക്കെ പ്രതിപാദിക്കുമ്പോൾ എടുത്തുപറയേ ണ്ടതായ രണ്ടു വ്യക്തിത്വങ്ങൾ അമ്പലപ്പുഴയിൽ ഉണ്ടായിരുന്നു. സുപ്രസിദ്ധ നാദസ്വര വിദ്വാൻമാരായ ജ്യേഷ്ഠൻ ശങ്കര നാരായ ണപ്പണിക്കരും അനുജൻ ഗോപാലകൃഷ്ണപ്പണിക്കരും ചേർന്ന 'അമ്പലപ്പുഴ ബ്രദേ ഴ്സ്. ' 12 ദിവസവും രാവിലെ 11 മണി കഴിഞ്ഞ് ദേവന് പൂർണ്ണകുംഭത്തിൽ നിറച്ചു പൂജിച്ച കളഭം കൊണ്ട്, വാദ്യ

ഘോഷങ്ങളാൽ അഭിഷേകം നടത്തും. കളഭാഭിഷേകം മാത്രമായി നടത്തിയിരുന്ന ഈ ചടങ്ങുകൾക്ക് ഒരു കലാപരിവേഷം പകർന്നത് ഈ അപൂർവ്വ സഹോ ദരന്മാരാണ്. ഇവരുടെ വിയോഗത്തിനു ശേഷം പന്ത്രണ്ടു കളഭത്തിന്റെ അവസാന മൂന്നു നാളുകളിലെ പരിപാടികൾ, ഈ മഹത്വ്യക്തികളുടെ ദീപ്തസ്മരണയിൽ 'ശങ്കര നാരായണ കലോത്സവം' എന്ന പേരിലാണ് നാളിതുവരെ അറിയപ്പെട്ടു പോരുന്നത്. ഈ ദിനങ്ങളിൽ നടത്തപ്പെടുന്ന 'കർണ്ണാടക സംഗീതാർച്ചന' യിൽ കേരളത്തിന്റെ അങ്ങോളം ഇങ്ങോളമുള്ള സംഗീതജ്ഞരും സംഗീത വിദ്യാർഥികളും പങ്കെടുക്കുന്നു. സുപ്രസിദ്ധ സംഗീതജ്ഞനും ലളിത സംഗീതകുലപതിയും ആയിരുന്ന എം. ജി. രാധാകൃഷ്ണൻ എത്ര യോതവണ അമ്പലപ്പുഴയിലെ വേദി അലങ്കരിച്ചിരുന്നു! സഹോദരി ഡോ. ഓമനക്കുട്ടിയുടെ സംഗീത കച്ചേരികളും അമ്പലപ്പുഴയുടെ മണ്ണിന് എന്നും ആസ്വാദ്യം തന്നെ.

അമ്പലപ്പുഴയുടെ പ്രാധാന്യത്തിലേക്ക് കടക്കുമ്പോൾ ആദ്യം ഓർമയിൽ വരേണ്ട വ്യക്തിത്വം തന്നെയാണ്, ഹാസ്യസമ്രാട്ടും തുള്ളൽ പ്രസ്ഥാനത്തിന്റെ ഉപജ്ഞാതാവുമായി രുന്ന 'കലക്കത്ത് കുഞ്ചൻ നമ്പ്യാർ. 'അമ്പലപ്പുഴയ്ക്ക് ആലങ്കാരികമായ ഒരു സ്ഥാനം ചരിത്ര ത്തിൽ നേടിക്കൊടുത്തത് ഇദ്ദേഹമാണ്. ചാക്യാർ കൂത്തിന് അകമ്പടിയായി 'മിഴാവ്' കൊട്ടു കയായിരുന്നു നമ്പ്യാരുടെ പ്രധാനചുമതല. നമ്പ്യാർ ഉപയോഗിച്ചിരുന്ന മിഴാവ് ഇപ്പോഴും ക്ഷേത്രത്തിലെ ഓലമേഞ്ഞ 'കളത്തട്ടി'ൽ ഭദ്രമായി സൂക്ഷിച്ചിട്ടുണ്ട്.

അടുത്തതായി എന്റെ ശ്രദ്ധ പോകേണ്ടത് തീർച്ചയായും അമ്പലപ്പുഴയുടെ സരസ്വതീ ക്ഷേത്രമായി നിലകൊള്ളുന്ന പി. കെ. മെമ്മോറിയൽ വായനശാലയിലേക്കാണ്. സംസ്ഥാന ത്തു തന്നെ രജിസ്റ്റർ ചെയ്യപ്പട്ട ആദ്യ ഗ്രന്ഥശാലയാണത്. 'സാഹിത്യ പഞ്ചാനനൻ' എന്നറിയപ്പെട്ടിരുന്ന അമ്പലപ്പുഴയിലെ പി. കെ നാരായണ പിള്ളയുടെ സ്മരണാർത്ഥമാണ്, വായന ശാലയ്ക്ക് 'പി. കെ. മെമ്മോറിയൽ ഗ്രന്ഥശാല' എന്ന് നാമകരണം ചെയ്തത്. പിന്നീട് ഗ്രന്ഥ ശാലപ്രസ്ഥാനത്തിനു നേതൃത്വം നൽകിയ പുതുവായിൽ നാരായണപ്പണിക്കർ, ഇന്നു നാം സാക്ഷരതയുടെ ശില്പി എന്ന നിലയിൽ ആരാധിക്കുന്ന പി. എൻ. പണിക്കരുടെ ശ്രമ ഫലമായി വായനശാലയുടെ പ്രവർത്തനം അത്യധികം പുരോഗമിച്ചു. അമ്പലപ്പുഴയുടെ സാംസ്കാരികമായും വിദ്യാഭ്യാസപരമായും ഉള്ള ഉന്നമനത്തിന് ഈ വായനശാല വഹിച്ച പങ്ക് നിസ്തുലമാണ്. എന്റെ സ്കൂൾ പഠനകാലത്ത്, ഏകദേശം 50-60 വർഷങ്ങൾക്കുമുമ്പു തന്നെ, ഒരു ബാലജനസഖ്യം രൂപവത്ക്ക

രിക്കാനും അതുവഴി കുട്ടികളുടെ സർഗ്ഗ വാസന കളെ വളർത്തി യെടുക്കാനുമൊക്കെ വേദിയായത്, ഈ വായനശാലയാണ്. ഈ കൂട്ടായ്മ കൾക്കെല്ലാം അന്ന് ചുക്കാൻ പിടിച്ചത് കവിയും എഴുത്തു കാരനും ആലപ്പുഴ സനാതന ധർമ്മ കോളേജിലെ മലയാളവിഭാഗം മേധാവിയുമായി വിരമിച്ച എന്റെ ജ്യേഷ്ഠ സഹോദരൻ ഡോ. അമ്പ ലപ്പുഴ ഗോപകുമാർ ആയിരുന്നു. ജ്യേഷ്ഠന്റെ ദേഹവിയോഗം സംഭ വിച്ചിട്ട് ഒരു മാസം പിന്നിട്ടതേയുള്ളു എന്ന് ദുഃഖപൂർവ്വം ഈ സന്ദർഭ ത്തിൽ ഓർത്തു പോകുന്നു.

'ചെമ്മീൻ' എഴുതിയ കുട്ടനാടിന്റെ ഇതിഹാസകാരനെ എത്ര ഓർത്താലും മതിയാകില്ല. വിശ്വസാഹിത്യകാരൻ, ജ്ഞാനപീഠജേ താവ് ഈ നിലകളിലെല്ലാം ഒരു ജ്വലിക്കുന്ന നക്ഷത്രമായി തിളങ്ങിയ തകഴി ശിവശങ്കരപ്പിള്ളയുടെ ജന്മനാടായ തകഴി അമ്പലപ്പുഴയുടെ തന്നെ സമീപ പ്രദേശമാണ്. അമ്പലപ്പുഴ കോടതിയിൽ ആണ് അദ്ദേഹം പ്ളീഡറായി പ്രാക്ടീസ് ചെയ്തിരുന്നത്. അങ്ങനെ ഈ കഥാകാരന്റെ കർമ്മമണ്ഡലം അമ്പലപ്പുഴ തന്നെയായിരുന്നു.

മലയാള പണ്ഡിതനും മാതൃകാധ്യാപകനും വാഗ്മിയും കോട്ടയം സി. എം. എസ് കോളേജിലെ മലയാളഭാഷാവിഭാഗം തലവനും കഥകളിപ്രേമിയുമൊക്കയായിരുന്ന പ്രൊഫ. അമ്പലപ്പുഴ രാമവ ർമ്മ സാറിനെ ഇത്തരുണത്തിൽ ഓർക്കാതെ വയ്യ!

അമ്പലപ്പുഴയിലെ ജനങ്ങളുടെ ഉപജീവനമാർഗ്ഗം എന്റെ ഓർമ്മ യിൽ കൃഷി ആയി രുന്നു, കൃഷി എന്നു പറഞ്ഞാൽ നെൽകൃഷി തന്നെ. കരിനിലങ്ങളായിരുന്നു കൂടുതലും. പക്ഷെ കാലക്രമ ത്തിൽ ഇതിനെല്ലാം വലിയ മാറ്റങ്ങൾ സംഭവിച്ചു. പുത്തൻ തലമുറ ഉദ്യോഗം തേടി പോകാൻ തുടങ്ങി. കടൽത്തീരങ്ങളിൽ പാർക്കുന്ന വരുടെ തൊഴിൽ മത്സ്യ ബന്ധനം തന്നെയാണ്. 'പുറക്കാട്' കടൽ തീരം ചരിത്രത്താളുകളിൽ ഇടം പിടിച്ചതിനു ഉത്തമ ഉദാഹരണമ ല്ലേ, തകഴിയുടെ 'ചെമ്മീൻ' എന്ന നോവലിനെ ആസ്പദമാക്കി രാമു കാര്യാട്ട് നിർമ്മിച്ച ചലച്ചിത്രത്തിലെ 'പുറക്കാട്ടെ കടപ്പുറത്ത് ചാകര, ചാകര, ചാകര' എന്ന് വയലാർ എഴുതി സലിൽ ചൗധരി ഈണം ഇട്ട പാട്ട്. ഇത്രയുമൊക്കെ പറഞ്ഞുവെ ങ്കിലും എന്റെ നാടിന്റെ കഥകൾ ഇനിയുമുണ്ട്, അവിടത്തെ യുവതലമുറ അതു മനസ്സി ലാക്കി രേഖ പ്പെടുത്തിവച്ചാൽ എന്റെ മനസ്സ് സംതൃപ്തമായേനെ!!

കുട്ടിക്കാലത്ത് റേഡിയോ ആദ്യമായി കേട്ടത് ഞങ്ങളുടെ തന്നെ സ്ക്കൂളിലെ പ്രധാനാധ്യാപകനും തൊട്ടു അയൽവാസിയും എന്റെ വന്ദ്യഗുരുനാഥനും ആയിരുന്ന പരമേശ്വര ശാസ്ത്രികളുടെ വീട്ടിൽ

നിന്നാണ്. ബാല്യ കാലത്തെ രസാവഹമായ റേഡിയോ സ്മരണകൾ ധാരാളം ഉണ്ട്. 'സ്റ്റേറ്റ് ബാങ്ക് ഓഫ് ട്രാവൻകൂറി'ൽ നിന്നും വിരമിച്ച തിനു ശേഷം ഇപ്പോൾ കൂട്ടായി ഒരു റേഡിയോ എപ്പോഴും എന്റെ അരികിൽ ഉണ്ട്. സ്വഭാവരൂപീ കരണത്തിനുതകുന്ന സുഭാഷിത ങ്ങൾ; മഹാകവികളുടെ കവിതകൾ ഉൾപ്പെടുത്തിക്കൊ ണ്ടുള്ള ഉഷമലരി, മലയാളത്തിലും ഇംഗ്ലീഷിലും സംസ്കൃതത്തിലും ഉള്ള വാർത്തകൾ, ഉന്മേഷവും ഉണർവും പകരുന്ന വിനോദ പരിപാടി കൾ, സ്ക്കൂൾ പാഠ്യപദ്ധതി ക്ലാസ്സുകൾ, കായിക വിനോദങ്ങൾ, ആരോഗ്യപാഠങ്ങൾ ഇങ്ങനെ വൈവിധ്യമാർന്ന പരിപാടികളിലൂടെ റേഡിയോ ഒരു വിശ്വവിജ്ഞാനകോശമായി പ്രവർത്തിക്കുന്നു, എന്നാണ് വിദ്യാർത്ഥി കളോടും യുവജനങ്ങളോടും എനിക്ക് പറയു വാനുള്ളത്. ആകാശവാണിക്ക് ആദരപൂർവ്വം എന്റെ കൂപ്പുകൈ!!

കോവിഡ്കാലവും വൃദ്ധജനങ്ങളുടെ അതിജീവനവും

'കൊറോണ; കോവിഡ് -19' എന്ന മഹാമാരിയിൽ നാം അകപ്പെട്ടിട്ട് ഏകദേശം രണ്ടു വർഷമാകുന്നു. രാജ്യം മുഴുവൻ ഭീതി പടർത്തിയ ഈ പകർച്ചവ്യാധി ആബാലവൃദ്ധം ജനങ്ങളുടെയും ജീവിത രീതി തന്നെ മാറ്റിമറിച്ചു. വൈറസ് വ്യാപനത്തിന്റെ ഒന്നാം തരംഗം പ്രതിരോധ മാർഗ്ഗങ്ങളിലൂടെ നാം തരണം ചെയ്തു വരികയായിരുന്നു. പക്ഷെ പൂർണ്ണ മായും കെട്ടടങ്ങും മുൻപേ രണ്ടാം തരംഗം എത്തി. മെയ്മാസം പകുതിയോടുകൂടി രോഗം കേരളം ഒട്ടാകെ പടർന്നുപിടിച്ച് വല്ലാത്ത ഒരു ഭീതി തന്നെ ജനങ്ങളിൽ ഉളവാക്കി. മരണ സംഖ്യ വളരെ കൂടുതലുമായി. പ്രതിരോധ രീതികൾ ശക്തിപ്പെടുത്തി; വാക്സിൻ എടുക്കു ന്നതിനുള്ള സജ്ജീകരണങ്ങൾ ഗവൺമെന്റിന്റെ ഭാഗത്തുനിന്നും ഉണ്ടായി. ഇപ്പോൾ 70 ശതമാനം ആളുകളും 18 വയസ്സുകഴിഞ്ഞ യുവ ജനങ്ങളടക്കം വാക്സിൻ പൂർത്തിയാക്കി എന്നാണ് അറിയാൻ കഴിയുന്നത്. രോഗശമനം കണ്ടുതുടങ്ങുന്ന ഇടങ്ങളിൽ ഇളവുകളും അനുവദി ക്കുന്നുണ്ട്. ഇതിനിടയിൽ മൂന്നാം തരംഗം പ്രത്യക്ഷപ്പെടുമോ എന്ന ആശങ്കയും, ഉണ്ടായാൽ അതു കുട്ടികളിലായേക്കാം എന്ന വാർത്തയും നാം വായിച്ചറിഞ്ഞു. ഇപ്പോൾ നിശ്ശേഷം ഒഴിവായി എന്ന് കരുതിയിരുന്ന 'നിപ' വൈറസും സെപ്തംബർ ആദ്യവാരം കണ്ടെത്തിയിരിക്കുകയാണ്. എന്നാൽ പരിശോധനയിൽ ഫലം നെഗറ്റീവ് എന്ന് കാണുന്നതിൽ നമുക്ക് വളരെ ആശ്വാസം ഉണ്ട്. ഈ വൈറസുകളോടെല്ലാം പൊരുതാൻ കേന്ദ്ര, കേരള സർക്കാർ പുറപ്പെടുവിക്കുന്ന കർശനമായ നിർദ്ദേശങ്ങൾ നാം ശ്രദ്ധാപൂർവ്വം പാലിക്കേണ്ടതുണ്ട്. എങ്കിൽ മാത്രമേ നമുക്ക് പ്രത്യാശയ്ക്കു വഴിയുള്ളൂ.

കോവിഡ് എന്ന മഹാമാരി വൃദ്ധജനങ്ങളെയാണ് കൂടുതൽ ദു:ഖത്തിൽ ആഴ്ത്തി യത്. പ്രത്യേകിച്ചും കോവിഡ് രണ്ടാം തരംഗത്തിൽ വയോജനങ്ങൾ അനുഭവിച്ച ബുദ്ധിമുട്ടു കൾ എന്നെ വല്ലാതെ വേദനിപ്പിച്ചു, അത് എന്റെ ഹൃദയത്തെ, മനസ്സിനെ വല്ലാതെ

സ്പർശി ച്ചു എന്നു തന്നെ പറയാം. അങ്ങനെ ഉണ്ടായ വിചാരവി കാരങ്ങളാണ് ഞാൻ ഇവിടെ പങ്ക് വയ്ക്കുന്നത്. ഞാൻ നേരത്തെ സൂചിപ്പിച്ചതുപോലെ കോവിഡ് രണ്ടാം തരംഗത്തിൽ രോഗ വ്യാപനം അതിശീഘ്രവും മരണസംഖ്യ വളരെ കൂടുതലുമായിരുന്നു. ഈ സന്ദ ർഭത്തിൽ എന്റെ ശ്രദ്ധ പതിഞ്ഞത് തനിച്ചു കഴിയുന്ന വൃദ്ധദമ്പതി കളുടെ വീടുകളിലേക്കാണ്. ഞാൻ താമസിക്കുന്ന പരിധിയിൽ തന്ന വയോധികർ മാത്രമായി താമസിക്കുന്ന ഏഴെട്ടു വീടുകൾ ഉണ്ട്. ഇവരെല്ലാം തന്നെ ഞങ്ങളുമായി സൗഹൃദം പങ്കിടുന്നവരാണ്. ഗൃഹനാഥനും ഗൃഹനായികയുമൊക്കെ ഉന്നതശ്രേണിയിലുള്ള ഉദ്യോ ഗത്തിലിരുന്ന് വിരമിച്ചവർ. സാമ്പ ത്തികം ഭദ്രമാണ്. പക്ഷെ അതു കൊണ്ടുമാത്രം അവരുടെ എല്ലാ കാര്യങ്ങളും ഭംഗിയായി നടക്കുക യില്ലല്ലോ, പരസഹായം കൂടാതെ. ആദ്യത്തെ ലോക്ഡൗണിലേതു പോലെ തന്നെ;രണ്ടാമത്തെ അടച്ചിടലിലും വേണ്ട സാധനങ്ങൾക്ക് ഓർഡർ ചെയ്താൽ അവയെല്ലാം വീട്ടിലെത്തും. അതിനൊന്നും ഒരു ബുദ്ധിമുട്ടും ഇല്ല. പിന്നെ എന്താണ്? എവിടെയാണ് ഇവർ നേരിടുന്ന പ്രശ്നം? ഭക്ഷണം പാചകം ചെയ്തെടുക്കൽ തന്നെ. ലോക്ക്ഡൗണിന് മുൻപ് പ്രായം ചെന്ന ആളുകൾ മാത്രമായി കഴി ഞ്ഞിരുന്ന മിക്ക വീടുകളിലും സഹായികൾ ഉണ്ടായിരുന്നു. ഇവർ രാവിലെ വന്ന് വീടുവൃത്തിയാക്കി, ആഹാരം പാചകം ചെയ്ത് വൃദ്ധ ദമ്പതികൾക്ക് വേണ്ടതായ എല്ലാ പരിചരണങ്ങളും ചെയ്ത് വൈകുന്നേരങ്ങളിൽ സ്വന്തം ഭവനങ്ങളിലേയ്ക്ക് മടങ്ങുമായിരു ന്നു. പക്ഷെ ഈ രണ്ടാം ലോക്ഡൗണിൽ സ്ഥിതി ആകെ മാറി. കൂടുതൽ സഹായികളും വീട്ടിൽത്തന്നെ ഇരിക്കുകയാണ്. ഒരു വീട്ടിലും നടന്ന് എത്താ വുന്ന ദൂരത്തിൽ ഉള്ളവർ പോലും സഹാ യിക്കാൻ പോകുന്നില്ല എന്ന ദയനീയാവസ്ഥ യാണ് കാണപ്പെട്ടത്. കൊറോണ മാത്രമല്ല ഇവരെ ഭീതിപ്പെടുത്തുന്നത്; ഇപ്പോൾ റിപ്പോ ർട്ട് ചെയ്യപ്പെടുന്ന ബ്ലാക്ക് ഫംഗസ്, വൈറ്റ് ഫംഗസ് തുടങ്ങി എല്ലാ മെല്ലാം. അതുകൊണ്ട് ഇങ്ങനെയുള്ള ഈ പ്രത്യേക സാഹചര്യങ്ങ ളിൽ ആരേയും നിർബന്ധിക്കാനും സാധ്യമല്ല; അതു ശരിയുമല്ല. വിവരങ്ങൾ എല്ലാം ഫോണിൽ ബന്ധപ്പെട്ട് അറിഞ്ഞ് ഞങ്ങൾ ഒരു ദിവസം ഒന്നു രണ്ട് വൃദ്ധദമ്പതികളുടെ വീടുകളിലേയ്ക്ക് ഒരു ഹ്രസ്വ സന്ദർശനം നടത്തി. രണ്ടാം തരംഗത്തിന്റെ കൊടുങ്കാറ്റ് ആഞ്ഞുവീ ശിക്കൊണ്ടിരുന്ന ഈ സന്ദർഭത്തിൽ തികച്ചും കോവിഡ് പ്രോട്ടോ ക്കോൾ പാലിച്ചുതന്നെയായിരുന്നു ഇവരെ സമീപിച്ചത്. തനിച്ചു കഴി യുന്ന ഇവരുടെ വീടുകളിലെ അകത്തളങ്ങളിലേക്ക് ഒന്നു കണ്ണോടി

ച്ചു. ജീവിതം മുന്നോട്ട് കൊണ്ടു പോകുവാൻ ഇവർ നന്നേ പ്രയാസപ്പെടുന്നു. മെയ് രണ്ടാംവാരം മുതൽ ഇവരുടെ ഭക്ഷണ ക്രമം ആകെ തെറ്റി. കോവിഡ് ഭയം മൂലം വെളിയിൽ നിന്നുള്ള പാഴ്സൽഭക്ഷണം ഇവർക്ക് വേണ്ടതാനും. എങ്കിലും സംസാരത്തിനിടയിൽ ഇവരുടെ ആ മനക്കരുത്ത് ഞങ്ങൾക്ക് ബോധ്യമായി.

ആദ്യമൊക്കെ ഈ വൃദ്ധജനങ്ങൾക്ക് അവരുടെ സഹായികളോട് കടുത്ത നീരസം തോന്നിയിരുന്നു. കരുണ ഇല്ലാത്തവർ, മാനവികത നഷ്ടപ്പെട്ടവർ, മാസ്ക് ധരിച്ച് സത്യ വാങ്മൂലം എഴുതി കൈയിൽപ്പിടിച്ച്, സർക്കാർ പറയുന്നതുപോലെ ഈ കൂട്ടർക്ക് ഇടയ്ക്കെ ങ്കിലും ഒന്ന് വന്ന് ഞങ്ങളെ സഹായിച്ചുകൂടെ? ഒരു പോലീസും ഇവരെ തടയുകയില്ല, പ്രത്യേകിച്ച് വയോധികരെ പരിചരിക്കാൻ എന്നു കൂടി പറഞ്ഞാൽ. ഏറ്റവും പ്രായം കൂടിയ എൺപതു കഴിഞ്ഞവരുടെ ആത്മഗതമാണ് ഇത്. ഇവർ ഇങ്ങനെ ചിന്തിച്ചില്ലെങ്കിലേ അതി ശയമുള്ളു. കാരണം സഹായികൾ ഇവർക്ക് കുടുംബാംഗങ്ങളെപ്പോലെയാണ്, കഴിയുന്നത്ര എല്ലാ സഹായവും ചെയ്യാറുണ്ട്. അഭ്യസ്തവിദ്യരായി സമൂഹത്തിൽ വളരെയധികം ശോഭിച്ചിരുന്ന ഇവർ കാരുണ്യമുള്ളവരാണ്. സമൂഹത്തെ ബഹുമാനിച്ചിരുന്നവർ ആണ്; അല്പ സ്നേഹം കൊടുത്താൽ ഇരട്ടിച്ച് തിരികെ നല്കുന്നവർ. വൃദ്ധ ദമ്പതികളായ എല്ലാ വരു ടേയും മനസ്സിൽ പലപല ചിന്തകൾ പൊന്തിവന്നു. പോട്ടെ, സാരമില്ല. നമ്മെ സഹായിക്കുന്നവർ ആണെങ്കിൽപ്പോലും അവർക്കും ജീവിതമില്ലേ? കുടുംബമില്ലേ? കുടുംബഭദ്രത, ആരോഗ്യം കാത്തു സൂക്ഷിക്കൽ -ഇതൊക്കെ ഇവരെ സംബന്ധിച്ചിടത്തോളവും പ്രധാന മല്ലേ? കോവിഡ്വ്യാപനം തടയാൻ, കൂടുതൽ പുതിയ വൈറസുകൾ ജനിക്കാതിരിക്കാൻ അവർ അടച്ചുപൂട്ടി വീട്ടിൽ തന്നെ ഇരിക്കട്ടെ! അവരുടെ ജീവിതമെങ്കിലും സ്വസ്ഥമാകട്ടെ! സാരമില്ല;

എല്ലാറ്റിനും പോം വഴിയുണ്ട്. അവസരത്തിനൊത്ത് കാര്യങ്ങൾ ആസൂത്രണം ചെയ്യണം. ആ വയോധികർ ദൃഢപ്രതിജ്ഞ എടുത്തു. അവരുടെ മനസ്സ് ഒരു നിമിഷം കഴിഞ്ഞു പോയ ആ യൗവനകാലത്തിലേക്ക് സഞ്ചരിച്ചു. ആ വൃദ്ധഇണകൾ അവരുടെ മനസ്സുകൾ തമ്മിൽ ഒന്നുകൂടി അടുപ്പിച്ചു. 'ഈ പ്രതിസന്ധിക്ക് ഒരു പരിഹാരം കണ്ടെത്തണം; നമ്മൾ തോറ്റു കൊടുക്കരുത്' അവരുടെ മനസ്സുകൾ മന്ത്രിച്ചു. അതിശയമെന്നുപറയട്ടെ, ഈ കടുത്ത സാഹചര്യം ആ വൃദ്ധ ദമ്പതികളിൽ ഉണർത്തിയ ഊർജ്ജത്തെപ്പറ്റിയാണ് ഞാൻ ഇവിടെ പ്രതിപാദിക്കുന്നത്. അവർ ജീവി

തചര്യയിൽ, അതായത് അവരുടെ ദിനചര്യയിൽ തന്നെ ചില മാറ്റ ങ്ങൾ ഒക്കെ വരുത്തി. ഭക്ഷണം ക്രമീകരിച്ചു. രണ്ടുപേരും കൂടി അടു ക്കളയിൽ കയറി ആവുന്നതു പോലെ ഭക്ഷണം പാചകം ചെയ്തു. ആധുനിക സജ്ജീകര ണങ്ങൾ എല്ലാം സൂക്ഷ്മതയോടെ ഉപയോഗിച്ചു. അപ്പോൾ സംഗതി എളുപ്പമായി. സഹായി ആഹാരം പാകം ചെയ്തിരുന്നപ്പോൾ ചിലപ്പോഴൊക്കെ രണ്ടുപേരും തമ്മിൽ ശുണ്ഠി കൂടുമായിരുന്നു. 'നിനക്ക് ഇഷ്ടമുള്ളതാണോ ഉണ്ടാക്കി യത്? ഭക്ഷണം കഴിക്കാൻ തീൻമേശയിൽ വരുമ്പോൾ ഗൃഹനാഥ ന്റെ ചോദ്യം 'അല്ലല്ല, നിങ്ങൾക്ക് ഇഷ്ടമുള്ളതല്ലേ ഇവിടെ എപ്പോഴും ഉണ്ടാക്കാറുള്ളു. ' സ്നേഹത്തോടെയും അല്പം ഗൗരവത്തോടെയും കുടുംബനാഥ പ്രതികരിച്ചു. 'ഓ... ശരി'

പൊരുത്തക്കേടിനല്ല, എന്നാലും വെറുതെ ഓരോ ചോദ്യങ്ങൾ പരസ്പരം ഉണ്ടാ കും. എന്നാൽ ഇപ്പോൾ ശുണ്ഠിയില്ല;പിണക്ക മില്ല; പരിഭവമില്ല. കാരണം ഭക്ഷണം അമൂല്യമാണ്, സംസ്കാര മാണ്, സ്നേഹമാണ്, അനുഭൂതിയാണ്, ആശമാണ്, ആരോഗ്യ മാണ്. വൃദ്ധദമ്പതികൾ ഒന്നിച്ച് ആഹാരം പാകം ചെയ്തപ്പോൾ അത് അവരെ പരസ്പരം ഒന്നു കൂടി ബന്ധിപ്പിക്കുന്ന ഒരു കണ്ണി യാക്കി. ഒരുമയുടെ ഒരു നൂലിഴ. ഭക്ഷണത്തോട് അന്നു വരെ ഇല്ലാതിരുന്ന ഒരു പ്രത്യേക ആദരവ് അവർക്കുണ്ടായി ഇപ്പോൾ അവർ സംതൃപ്തരാണ്. ഈ അതിജീവനം അവർക്ക് എങ്ങനെ കൈവന്നു. ? ഇതാർക്കു വേണ്ടി യാണ്? എന്തിനുവേണ്ടിയാണ്? വിദേശത്തു ജോലിചെയ്യുന്ന മക്കളെ പ്രതീക്ഷിച്ച്! മിക്കവരുടെയും മക്കൾ വിദേശത്ത് ജോലി ചെയ്യുന്നവരാണ്. അതും അമേരിക്ക യിലും ബ്രിട്ടനിലും മറ്റും. പെട്ടെന്ന് നാട്ടിലേക്കുള്ള വരവ് ഇപ്പോൾ സാധ്യമല്ല. അവരെ ഈ വൃദ്ധദമ്പതികൾ ഒരുനോക്കു കണ്ടിട്ട് രണ്ടു വർഷമാകുന്നു. വാട്സ് ആപ്പിൽ കൂടിയും വീഡിയോകോൾ വഴിയും കാണുകയും സംസാരിക്കുകയും ഒക്കെ ചെയ്യുന്നുണ്ട്. എന്നാലും ഇവർ ഇടയ്ക്ക് പരിതപിക്കുന്നു; ഒരു കുട്ടിയെ എങ്കിലും നാട്ടിൽ നമ്മളോടൊപ്പം നിർത്തേ ണ്ടതായിരുന്നു! ചിന്തിച്ചിട്ടും ആശിച്ചിട്ടും കാര്യമില്ല. നമ്മുടെ നാട്ടിലെ നല്ല പ്രോഡക്ട്സ് എല്ലാം വിദേശത്ത ല്ലേ ജോലി ചെയ്യുന്നത്! അവരുടെ കഴിവുകൾ നമുക്ക് പ്രയോജന പ്പെടുന്നുണ്ടോ! പെട്ടെന്ന് മക്കളുടെ വിചാരം വന്നപ്പോഴല്ലേ അവർ ഊർജസ്വലരായത്, അതെ, അതുതന്നെ, അവരെ കാണണം; അവർ എത്തുമ്പോൾ നാം ഇവിടെ ഉണ്ടാവണം. ഈ വൃദ്ധസമൂഹം മനസ്സിൽ ഉരുവിട്ടു.

കഴിഞ്ഞ ദിവസവും ഇവരിൽ ചിലരെ ഞാൻ ഫോണിൽ ബന്ധപ്പെട്ടു. വിശേഷങ്ങൾ അറിയാൻ. അവർ പറയുന്നു, ഈ ലോക്ഡൗണുകളിൽ ഒന്നും ഇനി ഞങ്ങൾ തളരില്ല! സന്തോഷം!! ഞാൻ പ്രതികരിച്ചു, ടീച്ചറേ! ഫോൺ വയ്ക്കരുതേ! ഒരു കാര്യം കൂടി പറഞ്ഞോട്ടെ; ഞാൻ വീണ്ടും ആകാംക്ഷയോടെ ഫോൺ കാതോട് ചേർത്തുപിടിച്ചു. എന്താണ് പറയൂ! ഞങ്ങൾ ഒരു റേഡിയോ വാങ്ങി ടീച്ചറേ! ടീച്ചർ എപ്പോഴും ഞങ്ങളോട് പറയുമായിരുന്നില്ലേ, ഒരു റേഡിയോ വാങ്ങി അതിലെ പരിപാടികളൊക്കെ ആസ്വദിക്കാൻ! ഇപ്പോഴാണ് അതിന് ഒരു സന്ദർഭം ഒത്തുവന്നത്. അത് മനസ്സിനു തരുന്ന ഉല്ലാസവും കരുത്തും ഇത്രയ്ക്കുണ്ടെന്ന് ഇപ്പോഴാണ് മനസ്സിലായത്. പ്രഭാതപരിപാടികളാണ് ഞങ്ങളെ ഉയിർത്തെഴുന്നേൽപ്പിക്കുന്നത്. 'കൊള്ളാം' ശുഭവാർത്ത! നിങ്ങൾക്ക് ഒരായിരം അഭിനന്ദന ങ്ങൾ!! എന്റെ മനസ്സു നിറഞ്ഞു' നിറഞ്ഞ മനസ്സോടെ ഞാൻ ഫോൺ താഴെവച്ചു.

ഞങ്ങളുടെ പ്രതിഭാധനനായ വയലാർ

ഈ ഒക്ടോബർ 27ന് വയലാർ രാമവർമ്മയുടെ 48-ാം ചരമ വാർഷികദിനമാണ്. ഞങ്ങളുടെ അടുത്തുള്ള വയലാർ എന്ന സ്ഥലമാണ് ഈ അതുല്ല്യപ്രതിഭയുടെ വീട് എന്ന് ഊറ്റം കൊള്ളാൻ ഓരോ ചേർത്തലക്കാരനും വെമ്പൽ കൊള്ളുന്നു. വെറും 5 കിലോ മീറ്റർ ദൂരം മാത്രം വയലാറിന്റെ ജന്മഗൃഹത്തിലേക്ക്! വയലാർ രാഘവപ്പറമ്പിലെ അംബാലിക തമ്പുരാട്ടിയുടേയും വെള്ളാരപ്പള്ളിൽ കേരളവർമ്മയുടെയും മകൻ. വീട്ടുകാരും നാട്ടുകാരും വിളിച്ചിരുന്നത് 'കുട്ടൻ' എന്നാണ്. കുട്ടന് നാല് വയസ്സ് എത്തുന്നതിനുമുൻപേ അച്ഛൻ യാത്രയായി. പിന്നീട് അമ്മയായിരുന്നു കുട്ടന് എല്ലാമെല്ലാം.

കുട്ടിക്കാലം മുതൽക്കേ കവിത രചിക്കുമായിരുന്നു. പാദമുദ്രകൾ, സർഗ്ഗസംഗീതം, മുളങ്കാട്, എനിക്ക് മരണമില്ല, എന്റെ മാറ്റൊലിക്കവിതകൾ, ആയിഷ, കത്രീന, രാവണപുത്രി എന്നിവയാണ് കവിതാപുസ്തകങ്ങൾ. സിനിമാഗാനങ്ങൾ എഴുതി അദ്ദേഹം സാധാരണക്കാരിൽ സാധാരണക്കാരന്റെ പോലും ഹൃദയം കവർന്നു. ആ രംഗത്ത് ഇന്നും ഒരു സൂര്യ ശോഭയോടെ വിലസുന്നു. ധാരാളം നാടകഗാനങ്ങളും ആ തൂലികയിൽ ജന്മം കൊണ്ടു.

'ബലികുടീരങ്ങളേ... ബലികുടീരങ്ങളേ
സ്മരണകളിരമ്പും രണസ്മാരകങ്ങളേ... '
എന്ന ഗാനത്തിൽ തുടങ്ങി
'പറന്നു പറന്നു പറന്നു ചെല്ലാൻ
പറ്റാത്ത കാടുകളിൽ
കൂടൊന്നുകൂട്ടി ഞാനൊരു പൂമര-
ക്കൊമ്പിൽ... ആ പൂമരക്കൊമ്പിൽ'

ആ... പൂമരക്കൊമ്പിൽ ചേക്കേറിയ വയലാറിനെ ആർക്കും കാവ്യപ്രതിഭകൊണ്ട് തോല്പിക്കാൻ ഇതുവരെ കഴിഞ്ഞിട്ടില്ല. 47 വർഷം മാത്രം ഈ ഭൂമിയിൽ അദ്ദേഹം ജീവി ച്ചിരുന്നു. ജീവിതത്തിന്റെ ഓരോ ഘട്ടത്തിലും വിവിധ തരത്തിലുള്ള ഊർജ്ജസ്രോത

സ്സായി സർഗ്ഗശേഷി അദ്ദേഹത്തിലുണർന്നു. മനുഷ്യന്റെ ശക്തിയെക്കുറിച്ച് അഭിമാനത്തോടെ പാടിയ കവിയാണ് വയലാർ.

കവിതയിൽ അരുണിമ പകർന്ന് നമ്മെ ഒരു നൂതന ലോകത്തേക്ക് അദ്ദേഹം കൂട്ടി ക്കൊണ്ടുപോയി. ജാതിചിന്ത കൊണ്ടും ഭൂപ്രഭുത്വം കൊണ്ടും വരേണ്യവർഗ്ഗം ബഹുഭൂരി പക്ഷം ജനങ്ങളെയും നരകയാതന അനുഭവിപ്പിച്ചപ്പോഴാണ് കവി ഒരു പുത്തൻ അശ്വമേധ ത്തിന് തുടക്കമിട്ടത്. അശ്വമേധം എന്ന കവിത ഉൾപ്പെടുന്ന മുളങ്കാട് എന്ന കവിതാ സമാ ഹാരം 1955 ലാണ് പുറത്തുവരുന്നത്. പച്ചയായ മനുഷ്യന്റെ ശക്തിയെയാണ് ഈ കവിത തുറന്നിടുന്നത്. മാനവസംസ്കാരമാണ് ഈ പുതിയ കുതിര. വിശ്വസംസ്കാര വേദിയിൽ അദ്ധ്വാനിക്കുന്നവർ നടത്തുന്ന അശ്വമേധത്തിനാണ് ഈ കുതിര നാടെങ്ങും ചുറ്റുന്നത്. സർഗ്ഗശക്തിയാകുന്ന ഈ കുതിരയെ ആരാണ് ബന്ധിക്കുന്നതെന്ന് കവി ചോദിക്കുന്നു:

‘ആരൊരാളെൻ കുതിരയെക്കെട്ടുവാൻ
ആരൊരാളതിൻ മാർഗം മുടക്കുവാൻ?
ഈ യുഗത്തിന്റെ സാമൂഹ്യശക്തി ഞാൻ
മായുകില്ലെന്റെ ചൈതന്യ വീചികൾ
ഈശ്വരനല്ല മാന്ത്രികനല്ല ഞാൻ
പച്ച മണ്ണിൻ മനുഷ്യത്വമാണ് ഞാൻ!’

വയലാറിന്റെ സിനിമഗാനങ്ങളിലേക്ക് കടന്നാൽ അതൊരു വൻകടലാണ്. ഒരിക്കൽ ദേവരാജൻ മാസ്റ്റർ ഗാനരചയിതാവ് ഹരിപ്പാട് ശ്രീകുമാരൻ തമ്പിയോട് പറഞ്ഞത് ഇങ്ങനെ യാണ്- ‘കുട്ടന് പാടാൻ അറിയില്ല, പക്ഷെ ആ മനസ്സു മുഴുവൻ സംഗീതമായിരുന്നു. ’ അദ്ദേഹത്തിന്റെ ലക്ഷ്യം, മാനവികതയുടെയും സമത്വത്തിന്റേയും പൂർണ്ണത ആയിരുന്നു. അതുകൊണ്ടാണ്-

‘സ്നേഹിക്കയില്ല ഞാൻ നോവുമാത്മാവിനെ
സ്നേഹിച്ചിടാത്തൊരു തത്വശാസ്ത്രത്തെയും’ എന്നു പാടിയത്.

1975 ഒക്ടോബർ 27 ന് ഞാൻ സ്റ്റേറ്റ് ബാങ്ക് ഓഫ് ട്രാവൻകൂറിന്റെ ചേർത്തല ശാഖ യിൽ ജോലി ചെയ്യുന്ന സമയം. ഏകദേശം ഉച്ചയോടുകൂടി ഞങ്ങൾ ആ ഞെട്ടിക്കുന്ന വാർത്ത അറിഞ്ഞു. എല്ലാ കണക്കുകളും തിടുക്കത്തിൽ ചെയ്തു തീർത്ത് ഞങ്ങൾ എല്ലാ സ്റ്റാഫും പുറത്തിറങ്ങി; ആ പുണ്യാത്മാവിന്റെ മൃതദേഹം ഒരു നോക്കു കാണാൻ!! വമ്പിച്ച ജനാവലിയുടെ അകമ്പടിയോടുകൂടി പുഷ്പാലംകൃതമായ വാഹനത്തിൽ അദ്ദേഹം ശയി ക്കുന്നു. ഞങ്ങൾ പൊട്ടിക്കരഞ്ഞു.

വയലാർ സ്മൃതിമണ്ഡപം 'ചന്ദ്രകളഭം' കുടുംബത്തിനു കൈമാറും

വയലാർ രാമവർമ്മയുടെ സ്മൃതിമണ്ഡപമായി വയലാർ രാഘവപ്പറമ്പിൽ ഒരുക്കിയ ചന്ദ്രകളഭം

ചന്ദ്രകളഭത്തിലെ മ്യൂസിയത്തിന്റെ ഭാഗം

വയലാർ സ്മൃതിമണ്ഡപം വയലാർ രാമവർമ്മയുടെ കുടുംബത്തിന് കൈമാറുമെന്ന വാർത്ത 2020 ഒക്ടോബർ 26 ന് 'മാതൃഭൂമി' ദിനപത്രത്തിൽ വന്നത്.

ഒരുപാടൊരുപാട് ഓർമ്മകളാണ് അദ്ദേഹത്തിന്റെ എഴുത്തിനെക്കുറിച്ചും ഭൗതിക ജീവിതത്തെക്കുറിച്ചും ചേർത്തല നിവാസികളായ ഞങ്ങൾക്കുള്ളത്. ചേർത്തലയിലെ പ്രസിദ്ധനായ ഡോ. ഗംഗാധരൻ വയലാറിന്റെ ആത്മസുഹൃത്താണ്. അദ്ദേഹത്തിന്റെ സാഹിത്യ ജീവിതം അടുത്തുനിന്നു കണ്ട വ്യക്തിയാണ് ഡോ. ഗംഗാധരൻ. വയലാർ ഫാൻസ് അസോസിയേഷന്റെ വർഷം തോറുമുള്ള സംഗമത്തിലും കവിയരങ്ങിലും ചേർ ത്തലക്കാർ സജീവമായി പങ്കെടുക്കുന്നു. കേരളത്തിന്റെ നാനാഭാഗങ്ങളിൽ നിന്നും വരുന്ന കവികൾ വയലാറിന്റെ മണ്ണിൽ വന്ന് കവിത ആലപിച്ച് ആത്മനിർവൃതി കൊള്ളുന്നു. എല്ലാ കവിതകളും ഈ പുണ്യാത്മാവിന്റെ ഓർമ്മകളിൽ രചിക്കപ്പെട്ടവയായിരിക്കും.

വയലാർ രചനകൾക്ക് കിട്ടിയ അംഗീകാരങ്ങളും കൂടി ഓർക്കാം. സർഗസംഗീതത്തിന് 1961-ൽ കേരള സാഹിത്യ അക്കാദമി അവാർഡ്. 1974-ൽ മികച്ച ഗാനരചയിതാവിനുള്ള രാഷ്ട്രപതിയുടെ സ്വർണ്ണ മെഡൽ! മികച്ച ഗാനരചയിതാവിനുള്ള കേരള സംസ്ഥാന ചലച്ചിത്രഅവാർഡ്, 4 തവണ.

വയലാറിന്റെ സഹധർമ്മിണി ഭാരതി തമ്പുരാട്ടി, മക്കൾ ശരത് ചന്ദ്രവർമ്മ, യമുന, സിന്ധു, ഇന്ദുലേഖ എന്നിവരാണ്.

വയലാറിന്റെ നിത്യ ഹരിതഗാനങ്ങൾ 'റേഡിയോ' എന്ന മാസ്മരിക മാധ്യമത്തിലൂടെ നാം എന്നും എപ്പോഴും ആസ്വദിച്ചുകൊണ്ടിരിക്കുന്നു. ഇനി മുതൽ കാഞ്ചീരവം റേഡിയോയിലൂടെ ഇന്റർനെറ്റിലും നമുക്ക് ആസ്വദിക്കാം വയലാർ ഗാനസൂനങ്ങൾ.

www.ingramcontent.com/pod-product-compliance
Lightning Source LLC
LaVergne TN
LVHW090410051026
849518LV00006B/2304
9788119770311